TAMTHILIA MBILI ~~~~~~~~~ ~~~~~~~~~

Michezo ya Mfalme

Victor HUGO

NA

Kanuni kwa Kuishi Maisha ya Kisasa

Jean-Luc LAGARCE

TAMTHILIA MBILI ZA KIFARANSA

Michezo ya Mfalme

Victor HUGO

NA

Kanuni kwa Kuishi Maisha ya Kisasa

Jean-Luc LAGARCE

MFASIRI
MARCEL KALUNGA MWELA-UBI

AKISHIRIKIANA NA

L. MALIZA MWINA KINTENDE
NA
C. MUTOBA KAPOMA

MKUKI NA NYOTA
DAR—ES—SALAAM

TAFSIRI YA TAMTHILIA HIZI ZA KIFARANSA, KATIKA LUGHA YA KISWAHILI (KINGWANA)
ZIMECHAPISHWA NA
Mkuki na Nyota Publishers Ltd
P. O. Box 4246
Dar es Salaam, Tanzania
www.mkukinanyota.com
publishing@mkukinanyota.com

© Marcel KALUNGA MWELA-UBI (Tafsiri za Kiswahili), 2013

Chapisho hili la "Michezo ya Mfalme – Victor Hugo"
na "Kanuni kwa Kuishi Maisha ya kisasa – Jean-Luc Lagarce" limewezeshwa na Chuo Kikuu cha
Bordeau, Ufaransa na French Research Institute in Africa (IFRA), Nairobi, Kenya

Toleo la Kwanza, 2013

ISBN 978-9987-08-165-3

Yaliyomo

Michezo ya Mfalme

SEHEMU YA KWANZA

Saltabadil
SEHEMU YA PILI

Mfalme
SEHEMU YA TATU

SEHEMU YA NNE

Triboulet
SEHEMU YA TANO

Kanuni kwa Kuishi Maisha ya Kisasa

Utangulizi wa Mchapishaji

Wasomaji wa kitabu hiki wa Afrika ya Mashariki wanaosema na kuandika Kiswahili "sanifu" bila shaka watashangaa kuwa tumekubali kuchapisha tafsiri za Kiswahili za tamthilia hizi mbili za Kifaransa, zilizofanywa katika Kingwana; Kiswahili kinachosemwa na kuandikwa katika eneo la Mashariki ya Jamhuri ya Demokrasia ya Congo. Uamuzi huu ulifanywa kwa makusudi kabisa, kwani hatujakosa uwezo wa kuhariri maandiko haya na kuyatia katika Kiswahili sanifu.

Si lengo la dibaji hii kurejea ubishi juu ya umuhimu, au lazima ya kuwa na lugha sanifu. Hoja za pande zote zinajulikana. Jamii yetu imeshaufanya utamaduni wa "kurasmisha" mambo kwa kuyatungia sera na "kuharamisha" mengine kwa sababu yanakinzana na sera zilizowekwa. Katika utamaduni huo ni halali kutetea na kudumisha Kiswahili kuwa lugha ya Taifa na ya taaluma na elimu, lakini si halali kutetea na kukuza lugha za asili za jamii mbalimbali za Kiafrika. Wakati tunakubali ushauri wa UNESCO kuwa elimu ya mtoto inapatiwa msingi imara zaidi ikitolewa katika lugha ya wazazi wake, hasa katika miaka ya kwanza, tunajifanya bubu, hatusikii na kama tunasikia hatuamini kuwa hilo linatuhusu sisi. Kiswahili ni lugha ya pili kwa asilimia kubwa ya watoto wa Tanzania. Hatujui hivyo?

Ni haki yetu kukataa kukifanya Kiingereza kuwa lugha yetu ya taifa na lugha ya mawasiliano katika nyanja zote. Lipo tabaka linalofanya juu chini Kiingereza kitawale kama ilivyo katika nchi nyingine. Kuna vuguvugu katika bara letu la Afrika la kutafuta lugha ya kuunganisha wananchi wake itokayo humuhumu ndani, yaani isiyo Kiingereza, Kifaransa, Kireno wala Kihispania. Hoja ya kuchagua Kiswahili sanifu iwe lugha hiyo ina nguvu; haiwezekani zikafundishwa lugha za Kiswahili nyingi wakati tunatafuta lugha moja ya kutuunganisha.

Lakini je, na ushairi, tamthilia, riwaya na insha lazima nazo ziandikwe katika hiyo lugha sanifu? Na wale "waswahili" wasioijua hiyo lugha sanifu, je, wasiandike? Tukose uhondo na elimu iliyo katika ufundi wa uandishi wao? Tuwalazimishe washairi wa Mombasa, Lamu, Pemba, mwambao wa Somalia, Congo, Burundi na kwingineko kuandika tungo zao katika Kiswahili sanifu?

Sifa moja kubwa ya falsafa ya "Ubuntu" ni kuelewana na jirani zako. Ndiyo sababu wananchi wa jamii zenye tofauti za lugha wanajaribu sana kujifunza lugha za jirani zao ili waweze kuelewana. Kwa Tanzania, Kiswahili kimechukua kazi hiyo ya kuunganisha jamii zote. Lakini bado tuna wajibu wa kujifunza lugha za jirani zetu na lugha nyingine nyingi za kigeni kikiwamo Kifaransa, Kireno, Kihispania, Kichina, Kirusi na nyingine nyingi. Kila lugha moja zaidi mtu anayojifunza inakuwa ufunguo wa mlango wa ulimwengu mpya na utamaduni mikononi mwake.

Kuna sababu nyingine ya kufanya jitihada ya kusoma vitabu na machapisho mengine yaliyo katika Kiswahili kisicho sanifu. Kwanza ni raha sana kuona jinsi (ginsi) lugha hii ya Kiswahili ilivyo tajiri kwa maneno na matumizi yake; matumizi yaliyo tofauti na yale uliyoyazoea, lakini bado ukamwelewa mwandishi. Halafu kusoma si kitendo chepesi kisichohitaji jitihada yoyote. Kusoma kunahitaji pia kufikiri, kutafakari, kuchambua ili kugundua yale ambayo mwandishi ameyafumbia au ameyaweka kwa njia ambayo wewe msomaji unalazamishwa kupata maana yako mwenyewe, kwa sababu mwandishi hajataka kukutafunia kila kitu. Kakuachia na wewe kazi, ya kuzama na kutafuta mwandishi alikuwa na maana gani pale usipoelewa kwa urahisi.

Professor Kalunga ni mwananchi wa Jamuhuri ya kidemokrasia ya Congo na tafsiri hizi zilishinda na kupewa tuzo ya Kimataifa ya KADIMA (2009) inayotolewa na Muungano wa Kimataifa wa Nchi zinazotumia lugha ya kifaransa (Organisation Internationale de la Francophonie – OIF) kwa tafsiri ya kazi ya fasihi iliyoandikwa kwa lugha ya kifaransa kwenda katika lugha ya kiafrika. Amefanya kazi nzuri kutuletea tafsiri hizi za tamthilia kutoka Ufaransa ziizoandikwa na wanafasihi maarufu Victor Hugo na Jean-Luc Lagarce. Kwa jinsi maandiko yenyewe yalivyo na mvuto wake mkubwa sina shaka kuwa baada ya kusoma kurasa chache na kuzoea matumizi ya Kiswahili cha Congo (Kingwana) msomaji atazama katika kisima cha uhondo wa ucheshi wa tamthilia hizi na kugundua kuwa, kumbe si lazima, waandishi wote watumie Kiswahili sanifu. Ninaamini kuwa na kule Congo nako, wasomaji waking'ang'ania kuwa waandishi wote wa Kiswahili watumie kile cha Congo tu basi watakosa uhondo wa fasihi iliyoandikwa kwa Kiswahili sanifu.

Juu ya waandishi wa tamthilia hizi na tamthilia zenyewe, haya machache yatamsaidia msomaji kwenda sasa kutafuta taarifa zaidi juu ya wana fasihi hawa maarufu na kwa nini litakuwa jambo jema la kuimarisha upenzi wa fasihi huku kwetu kama tafsiri nyingine nyingi kutoka katika lugha tofauti za ulimwengu zitafanywa kwa manufaa yetu.

Victor Hugo (1802–1855) alikuwa mwandishi Mfaransa maarufu sana kushinda wote. Alikubalika kuwa mshairi bora kupita wote na mwandisi wa pekee kabisa wa tamthilia, riwaya na insha. Alikuwa pia mwanaharakati wa haki za binadamu, mpinzani mkubwa wa vita na mpingaji jasiri wa adhabu ya kifo. Katika miaka ya 1830 Hugo alikuwa maarufu sana kama mwanafasihi mwanzilishi wa fasihi yenye kuibua hisia za aina ya kimapenzi. Mwandishi huyu aliamini kuwa fasihi, ilikuwa na uwezo sawa wa kuanika mabaya yote ya watu, mmoja mmoja na ya jamii kwa jumla, na kuonyesha mema yao kwa ufasaha huohuo. Katika mchezo huu, wa Michezo ya Mfalme Hugo alitaka kuonyesha ubinafsi wa kupindukia, ufisadi, ubadhilifu, na ukatili wa mfalme na hapohapo kuonyesha unafiki na uzandiki wa wapambe wake na uvundo wa dola aliyoiongoza.

Kanuni kwa kuishi maisha ya kisasa ni tamthilia iliyoandikwa na Jean–Luc Lagarce, mwandishi wa tamthilia ambaye michezo yake ya kuigiza imekuwa ikichezwa kwenye majukwaa nchini Ufaransa kushinda michezo mingine katika miongo ya mwisho ya karne ya ishirini. Jean-Luc Lagarce alizaliwa mwaka 1957 na kufa mwaka 1995.

Kwa juujuu Lagarce anaeleza matukio katika maisha ya watu na sheria zinazotawala maisha hayo katika kila hatua muhimu tangu kuzaliwa hadi kufa. Lakini kuzitaja kanuni na taratibu hizo peke yake kungewezaje kuwa na mvuto wa kitamthilia? Yumkini Lagarce alikuwa na ujumbe mwingine katika tamthilia hii; kwa mfano urasimu unaotaka kila jambo hata kama liwe dogo kiasi gani kufuata utaratibu uliokwishawekwa na usiobadilika; kwa kifupi, udikteta wa kanuni. Katika kueleza kwa undani kanuni hizi anaonesha ni jinsi gani tulivyo watumwa wa kanuni. Lakini anatoa uelewa wake wa maisha, na ushauri pia. Kama asemavyo, katika kipindi kilicho katikati ya kuzaliwa (ambapo mtoto hajui hata kuwa yuko anazaliwa) na kufa (ambapo aliyekufa hajui tena yanayotendeka baada ya kufa kwake) wajibu wetu ni kuzielewa kanuni hizo na kurekebisha maisha yetu ili kuzifuata. Na huo ndio ustaarabu na maisha ya kisasa.

Marcel KALUNGA MWELA-UBI, raia wa Jamuhuri ya kidemokrasia ya Congo (DRC), ni Profesa katika vyuo vikuu vya Lubumbashi na Kalemie ambako, miongoni mwa masomo mengine, anafundisha pia Kiswahili. Ameandika makala mengi katika majarida ya kimataifa na katika vitabu kadhaa, kwa mfano: Le lexique du swahili standard face au lexique du swahili de Lubumbashi , AFRICA,1979, Vocabulaire swahili des radiodiffusions internationales et problèmes de décodage, in AFRICANISTIQUE , n°4, CELTA-Lubumbashi, 1984, Quelques considérations sur l'usage de la méthode traditionnelle dans l'enseignement et l'apprentissage du kiswahili aux francophones adultes, MBEGU,n° 25, Décembre 1992. Ametafsiri pia kitabu cha Historia ya Congo, "Historia Fupi ya Congo, Tangu Mwanzo Mpaka leo," Buku, Kinshasa 2010. Hivi karibuni vitabu vyake viwili, "Njia fupi kwa kujua Kiswahili" na "Le Kiswahili au Katanga" vitachapishwa.

Michezo ya Mfalme

Victor HUGO

[Louvres, ni usiku; shangwe inaanza kumalizika. Vyumba vinajaa wanaume na wanawake wenyi kuvaa vizuri. Mishumaa, nyimbo, maringa na cheko. Watumishi wanapitisha sinia za zahabu na masahani ya udongo. Waalikwa wenyi kulewa wanapita huku na kule. Kumepambazuka.]

KIPINDI CHA KWANZA

Mfalme, Bwana de la Tour-Landry.

Mfalme	Rafiki, nataka nifikishe mpaka mwisho mambo ninayo na yule bibi. Si mtajiri, lakini ni bibi moja mzuri sana.
Bw. de la Tour-Landry	Na mnakutana naye kila siku ya Mungu kanisani? Sivyo?
Mfalme	Ndio. Kila siku ya Mungu ninaenda kule.
Bw. de la Tour-Landry	Na tangu pale, si myezi miwili sasa?
Mfalme	Ndio.
Bw. de la Tour-Landry	Kwake ni wapi?
Mfalme	Ni ku mwisho wa barabara Bussy
Bw. de la Tour-Landry	Karibu ya nyumba ya de Cossé?

MFALME	[*Akiitikia*] Ndio. Pana ukuta moja mkubwa.
BW. DE LA TOUR-LANDRY	Ah! Naona. Mheshimiwa, unamfwata mpaka nyumbani pale?
MFALME	Ndio. Lakini kila mara kuna mama moja mzee na mkali sana anayemkataza kuniona, kunisumulisha na kunisikiliza.
BW. DE LA TOUR-LANDRY	Kweli?
MFALME	Lakini tena mambo ya kusangaa: ijapo hiyo, kila usiku mtu mmoja anayejifunika koti leusi sana anajiingiza nyumbani mule.
BW. DE LA TOUR-LANDRY	Na wewe, si ufanye kama yeye?
MFALME	Hakuna namna; mtu yule akiisha kuingia, mlango unafungwa.
BW. DE LA TOUR-LANDRY	Mheshimiwa, unapomfwata bibi yule, njiani hakuelekei hata kidogo?
MFALME	Hapana. Lakini macho yake yanaonyesha kama hachukizwi.
BW. DE LA TOUR-LANDRY	Mheshimiwa, bibi yule anajuwa kama ni Mfalme anayempenda?
MFALME	[*Akikataa*] Hapana, kwani ninajificha katika mavazi ya ovyoovyo.
BW. DE LA TOUR-LANDRY	[*Akicheka*] Ah, naona. Unampenda kwa mapendo ya kipadri, mapendo ya kutojionyesha!
	[*Triboulet pamoja na waheshimiwa wengi wanaingia.*]
MFALME	Shii! Watu wanakuja. Ukitaka kufaulu

katika mapendo, inafaa kuwa na siri.

[*Akimwangalia Triboulet aliyemkaribia na kusikia maneno yake ya mwisho Sivyo?*]

TRIBOULET	Ndio. Kujuwa kukaa kimya ni siri ya mapendo.

KIPINDI CHA PILI

Mfalme, Triboulet, Bwana de Gordes, waheshimiwa.

[*Waheshimiwa wengi wakivaa vizuri,Triboulet katika mavazi yake ya kufurahisha. Mfalme anaangalia kundi moja la wanawake linalopita.*]

BW. DE LA TOUR-LANDRY	Bibi wa Vendosme ni kama malaika.
BW. DE GORDES	Wabibi D'Albe na de Montchevreuil ni wazuri kumpita yeye.
MFALME	Lakini bibi wa de Cossé anawashinda wote watatu.
BW. DE GORDES	Bibi wa de Cossé! Mheshimiwa, sema polepole. [*Akimwonyesha Bwana de Cossé, mfupi na mnene anayepita. Bwana yake anaweza kukusikia.*]
MFALME	He! Bwana Simiane! Haizuru, asikie!
BW. DE GORDES	Atamstaki kwa bibi Diane.
MFALME	Si neno. Amchongee! [*Anaenda kusumulia na wanawake wanaopita nyuma yao.*]
TRIBOULET	[*Kwa Bw. De Gordes*] Atamkasirikisha Diane de Poitiers. Hamsumulishi, sasa ni siku nane nzima.
BW. DE GORDES	Akimrudisha kwa bwana yake?

TRIBOULET	Siwazi kama itakuwa vile.
BW. DE GORDES	Si alilipa kosa la baba yake? Basi hana tena deni!
TRIBOULET	Na baba yake, kwa nini kumwowesha mtoto wake mzuri hivi kwa mtu mwenyi kilema mgongoni?
BW. DE GORDES	Bila shaka, ni mwenyi wazimu Mnajuwa alivyosema pale Mfalme alipotaka kumuuwa, na kiisha yake akamuhurumia?" Mungu ambariki Mfalme! "Ile si wazimu kabisa?
MFALME	[*Akipita na bibi wa de Cossé*] Kweli unaenda? Uko na roho mbaya!
BIBI WA DE COSSÉ	Ni bwana yangu aliyekusudia niende SOISSONS.
MFALME	Hapana! Wakati matajiri, watu wenyi elimu sana wanatamania mapendo yako; wakati waimbaji wanakutungia nyimbo za sifa, ni wakati ule unakusudia kwenda na uzuri wako wote katika kijiji, ukipuuza Mfalme, watoto wake na waheshimiwa wengine ili uishi mashambani ambako hatuwezi tena kuona uzuri wako!
BIBI WA DE COSSÉ	Polepole!
MFALME	Si kitu! Unaenda katika kijiji sababu tuzidi kukutamania! [*Bw. de Cossé anaingia.*]
BIBI WA DE COSSÉ	Mheshimiwa, anafika sasa mume wangu mwenyi wivu. [*Bibi wa de Cossé anakimbia*]
MFALME	Si afe hata sasa! [*Kwa Triboulet*] Lakini bibi yake nilimtungia wimbo wa sifa; Marot alikuonyesha wimbo ule?
TRIBOULET	Sipendi kusoma nyimbo za Mfalme, sababu hajuwi kutunga.

MFALME	Ah, bwana!
TRIBOULET	Mheshimiwa, waachie wajinga watunge nyimbo za mapendo; usipoteze wakati wako bure; kuna watungaji wa nyimbo za mapendo.
MFALME	Kwa furaha Ndio. Lakini kuwatungia nyimbo nzuri wabibi wazuri kunakuza moyo.
TRIBOULET	Ni kupoteza wakati bure!
MFALME	Bahati yako! Bibi wa de Cossé anafika: ningelikupigisha fimbo. *[Anamwelekea Bibi wa Coislin akionekana kumtongoza.]*
TRIBOULET	*[Akijisemea]* Kila bibi anakuvuta kama upepo, kwa mfano bibi huyu.
BW. DE GORDES	*[Akimkaribia Triboulet na kumwonyesha ile inayopita nyuma yao]* Ona kunako mlango mwingine, Bibi wa de Cossé, akiangusha kitu kusudi, ni sherti Mfalme amwogotee.
TRIBOULET	Tuangalie *[Bibi wa de Cossé akimwona Mfalme anayemtongoza Bibi wa Coislin, anatupa mauwa kwa wivu. Mfalme anamwacha Bibi wa Coislin, anaogota mauwa na kuanza kusumulia na Bibi wa de Cossé]*
BW. DE GORDES	*[Kwa Triboulet]* Nilisema nini?
TRIBOULET	Ajabu!
BW. DE GORDES	Mfalme amenaswa tena.
TRIBOULET	Wanawake ni wajanja kumpita shetani.

[Mfalme anamshika Bibi wa de Cossé kiunoni na kumbusu mkono. Palepale Bwana de Cossé anaingia kwa mlango wa nyuma; Bwana de Gordes anamwonyesha Triboulet. Bwana de Cossé anasimama rafla akiwaangalia bibi yake na Mfalme.]

Bw. de Gordes	[*Kwa Triboulet*] Bwana yake!
Bibi wa de Cossé	Akimwona mme wake, anamwambia Mfalme anayemkumbatia:
	Tuachane!
	[*Anaponyoka mikononi mwa Mfalme na kukimbia*]
Triboulet	Ni nini inamleta huku, ispokuwa wivu?
	[*Mfalme anakaribia meza na kuomba kinywaji. Akijisema:*]
Bw. de Cossé	[*Anajongea mbele na kujisemea*] Ni nini walikuwa wakisumulia?
	[*Anamkaribia haraka Bwana de la Tour anayemwita.* Ni nini?
Bw. de la Tour-Landry	[*Kwa siri*] Bibi yako ni mzuri sana!
	[*Bwana de Cossé anakasirika na kumwendea Bwana de Gordes anayetaka kumjulisha neno moja.*]
Bw. de Gordes	[*Kwa sauti ya chini*] Ni nini unawazia? Sababu unaangaliaangalia pembeni?
	[*Bwana de Cossé anamwacha kwa hasira na kumgeukia Triboulet; huyu anamkokotea pembeni; mabwana de Gordes na de la Tour-Landry wanamchekelea.*]
Triboulet	[*Kwa sauti ya chini anamwambia Bw. de Cossé*] Bwana, kwa nini unababaika hivi?
	[*Anacheka kwa nguvu na kumtupia mgongo Bw. de Cossé anayetoka kwa hasira*]
Mfalme	[*Akirudia*] Ah! Furaha gani ninayo! Kupendwa na wabibi kunapita heri zote mbinguni. Kweli niko na heri. Halafu wewe?

TRIBOULET	Michezo yako, ujanja wako, Mfalme, vinafurahisha sana. Wewe ni Mfalme na unajifurahisha ginsi unavyotaka Mimi ni kilema, ninakuangalia tu.
MFALME	Ibarikiwe siku nilipozaliwa
	[Akimwangalia Bwana de Cossé anayetoka]
	Ni Bwana de Cossé peke yake anayeharibisha shangwe. Unamwona namna gani?
TRIBOULET	Ni mpumbafu sana.
MFALME	Ah! Shauri lake!
	Isipokuwa yeye tu, vyote katika shangwe hii vinanipendeza. Nina uwezo wote, ninataka yote na ninapata yote. Furaha gani ya kuwa duniani! Furaha gani ya kuishi! Heri gani!
TRIBOULET	Mheshimiwa, heri inakulewesha.
MFALME	Angalia kule...macho mazuri, mikono mizuri gani!
TRIBOULET	Bibi wa de Cossé?
MFALME	Njoo. Utakuwa mlinzi wetu [Anaimba:]
	[Zisifiwe siku za shangwe kwa wakaaji wa Paris, wakati wanawake wanavaa vizuri!]
TRIBOULET	[Akiimba] Na wanaume wakilewa. Wanatoka. Waheshimiwa wengi wanaingia.

KIPINDI CHA TATU

[Bw. de Gordes, Bw. de Pardaillan, kijana, Bw. de Vic, Bw. Clément Marot akivaa nguo za mtumishi wa Mfalme, kiisha Bw. de Pienne, mheshimiwa moja ao wawili, mara kwa mara Bw. de Cossé akijitembeza na kuwazawaza.]

CLÉMENT MAROT	[Akimsalimia Bw. de Gordes.] Kuna habari gani leo magaribi?

Bw. DE GORDES	Habari tu ni ile ya shangwe. Mfalme anajifurahisha.
MAROT	Ah! Mfalme anajifurahisha? Ni ya kushangaa
Bw. DE COSSÉ	*[Akipita nyuma yao]* Na ni ya kusikitisha! Mfalme kujifurahisha! Ole wetu! *[Anapitilia]*
Bw. DE GORDES	Maskini Cossé! Namsikilia huruma sana!
MAROT	*[Kwa sauti ya chini]*
	Inasemekana kama Mfalme anamsonga sana bibi yake!
Bw. DE GORDES	*[Anaitika]*; kiisha Bw. de Pienne anaingia
Bw. DE GORDES	Mwangalieni mheshimiwa anafika. *[Wanasalimiana]*
Bw. DE PIENNE	*[Kwa siri]* Marafiki! mambo mapya! mambo ya kusangaza, mambo ya kuchekesha, mambo ya mapendo, mambo yasiyoaminika.
Bw. DE GORDES	Ni nini basi?
Bw. DE PIENNE	*[Anawakusanya pembeni yake]* Shii!
	[Kwa Marot anayesumulia na watu wengine pembeni Bwana Clément Marot, karibia.]
MAROT	*[Akikaribia]* Mheshimiwa, kwa nini unaniita?
Bw. DE PIENNE	Mjinga mkubwa we! jongea usikie habari.
MAROT	Sikujizania kuwa mkubwa kwa kitu chochote!
Bw. DE PIENNE	Nilisoma uliyoandika juu ya Triboulet wakati wa vita ya Peschière. Mashauri yako ni haya:" Mjinga anayedanganywa na bibi yake. Mkosa akili kama mtoto mchanga." Bwana, uko mjinga kweli!
MAROT	Mungu aniazibu, kwani sielewi unalotaka kusema.

Bw. DE PIENNE	Si kitu!
	[Kwa Bw. de Gordes]
	Bwana Simiane
	[Kwa Bw. de Pardaillan]
	Bw. de Pardaillan
	[Bw. de Gordes, Bw. de Pardaillan, Marot na Bw. de Cossé aliyejiunga nao wanamzunguukia Bw. de Pienne.]
	Mnaweza kuvumbua mambo ya ajabu yaliyomfikia Triboulet?
Bw. DE PARDAILLAN	Mgongo wake ulinyooka?
Bw. DE COSSÉ	Alipandishwa cheo?
Bw. DE PIENNE	Sivyo! Ni ya kuchekesha zaidi. Eko na ... Wazeni eko na nini... Si ya kuaminika.
Bw. DE GORDES	Alipigana na jitu?
Bw. DE PIENNE	Hapana.
Bw. DE PARDAILLAN	Kumeonekana mtu mbaya zaidi kumpita yeye?
Bw. DE PIENNE	Hapana.
MAROT	Alipata feza nyingi? Alikutana na Bikira Maria mbinguni?
Bw. DE GORDES	Ao na mzimu mmoja?
Bw. DE PIENNE	Tafuteni zaidi. Triboulet anayetuchekesha,Triboulet kilema,... Tafuteni siri anayo. Kitu kimoja kikubwa.
MAROT	Kilema chake mgongoni?
Bw. DE PIENNE	Hapana. Eko na... Hampati? Eko na... mpenzi! *[Wote wanacheka.]*
MAROT	Ah! Unatufurahisha sana!
Bw. DE PARDAILLAN	Hii ni ziaka!

Bw. de Pienne	Mabwana, naapa mbele yenu wote na nitawaonyesheni nyumba ya mpenzi yule. Kila magaribi anaenda kule akivaa koti leusi na akijificha uso.
	Mimi mwenyewe nilimvumbua nilipotembelea usiku moja karibu ya nyumba ya de Cossé. Msitoe siri hii!
Marot	Ni mambo ya kuchekesha. Usiku, Triboulet anatafuta kipenzi!
Bw. de Pardaillan	[Akicheka] Triboulet, awe na bibi!
Bw. de Gordes	[Akicheka] Bibi yule anapashwa kuwa mbaya sana kwa kumkubali Triboulet!
	[Wote wanacheka; Bw. de Pienne anawanyamazisha kwani Bw. De Vic anatokelea.]
Bw. de Pienne	Shii!
Bw. de Pardaillan	[Kwa Bw. de Pienne] Ni nini inamsukuma Mfalme kutoka kila usiku peke yake kama mtu anayemtafuta mpenzi?
Bw. de Pienne	Vic atatuelezea ile.
Bw. de Vic	Ninayojuwa ni kama Mfalme anajifurahisha sana siku hizi.
Bw. de Cossé	Sipendi kusikia mambo yako.
Bw. de Vic	Lakini ile ningependa kujuwa ni wapi anaenda kila usiku katika mavazi ya kutotambuliwa. Mfalme hata akijipenya nyumbani mwa kipenzi chake, mimi siogopi, kwani sina na bibi.
Bw. de Cossé	[Akitigisa kichwa] Wazee walisema: kwa faida yake, Mfalme anaweza kumyanganya furaha mtu mwingine.

	Ole kwa yule anayekuwa na dada, bibi ao binti wa kuvutia! Mtu mwenyi uwezo anayetaka kufurahi ni mtu wa kuogopa! Kinywa kinachochekacheka kinaonyesha kwanza meno!
Bw. DE VIC	Kwa sauti ya chini Mnasikia ginsi anavyomwogopa Mfalme!
Bw. DE PARDAILLAN	Bibi mzuri hamwogopi Mfalme!
MAROT	Ni ile anaogopa.
Bw. DE GORDES	Cossé, usidanganyike. Mfalme anapashwa kufurahi kila wakati.
Bw. DE PIENNE	[*Kwa Bw. de Gordes*] Uko na haki! Mfalme asiyefurahi ni kama binti mwenyi uchungu.
MAROT	[*Kwa sauti ya chini*] Mfalme anarejea na Triboulet, mpenda wabibi.
	[*Mfalme na Triboulet wanaingia, wote wanawapitisha kwa heshima.*]

KIPINDI CHA NNE

Walewale, Mfalme, Triboulet

TRIBOULET	[*Akiingia na kuongeza masimulizi*] Watu wenyi elimu nyumbani kwa Mfalme! Ole wako!
MFALME	Mshauri dada yangu; ni yeye peke anayependa niwe na watu wenyi elimu.
TRIBOULET	Kati yetu hapa, unalewa kunishinda mimi. Ninaelewa zaidi vitu vingine kuliko wewe sababu siko Mfalme wala mlevi. Tafazali kukubali magonjwa nyumbani mwako kuliko watu wenyi elimu.

MFALME	Unasema bila kufikiri. Dada yangu anataka niishi nao.
TRIBOULET	Dada yako anakutakia vibaya, sababu hakuna kiumbe angekuwa mjinga, *[Bila kuwa mjinga]* anayekuwa na mashauri mabovu kama mtu mwenyi elimu. Je? unakosa raha, uwezo na wanawake kwa kufurahisha shangwe zako?
MFALME	Siku moja magaribi, dada yangu alinieleza polepole ya kwamba: peke yao wanawake hawatoshi kwa kufurahisha shangwe. Na nitakapochoka nao...
TRIBOULET	Matunzo gani! Watu wenyi elimu si dawa kwa mtu anayechoka na michezo.
MFALME	Basi, pahali pa watu wenyi elimu, nibaki na watunga mashairi watano ao sita.
TRIBOULET	Ninavyojuwa tabia yako, Mheshimiwa, hata hao ningewaogopa ginsi shetani anavyoogopa maji ya baraka.
MFALME	Watano ao sita tu!
TRIBOULET	Watano ao sita ni mno kwako; Marot peke yake anatosha. Usiongeze sumu na watungaji wengine. *[Akimwonyesha Marot].*
MAROT	Aksanti sana. *[Akijisemea]*: Ingelikuwa vema zaidi Triboulet anyamaze.
TRIBOULET	Mheshimiwa, wanawake ni Mungu, ni mbingu na dunia, ni vyote! Wanawake uko nao; kwa nini kutafuta watu wenyi elimu? Acha makelele.
MFALME	Hakika,watu hawa hawanifai kitu.
	[Cheko katika kundi la nyuma.]
MFALME	*[Kwa Triboulet]* Angalia wajinga wale wanaokuchekelea.

[*Triboulet anaenda kuwasikiliza, na kurudia*]

TRIBOULET	Hapana, wanamchekelea mtu mwingine wa wazimu.
MFALME	Nani basi?
TRIBOULET	Mfalme!
MFALME	Kweli! Wanasema nini?
TRIBOULET	Mheshimiwa, wanasema uko mchoyo, feza na zawadi zako unazituma fasi nyingine. Wao hawapati kitu kwako.
MFALME	Ndio. Ni vile wote watatu wanavyosema!
TRIBOULET	Ndio.
MFALME	Kweli hawana shukrani. Kila mmoja kati yao nilimpandisha cheo: wa kwanza nilimfanya jemadari, wa pili waziri, na wa tatu kiongozi wa nyumba yangu. Na hawafurahi? Unakubali mambo haya?
TRIBOULET	Pengine wanastahili uwafanyizie zaidi.
MFALME	Kama nini?
TRIBOULET	Kuwatungika.
BW. DE PIENNE	[*Anawaambia wenzake akicheka*] Ebu mabwana, mnasikia ginsi Triboulet anavyosema?
BW. DE BRION	Anamwangalia Triboulet kwa hasira Tunasikia.
BW. DE MONTMORENCY	Atalipa maneno yake.
BW. DE MONTCHENU	Maskini!
TRIBOULET	[*Kwa Mfalme*] Lakini, Mheshimiwa, mara na mara hausikii uchungu kwa kutoona mwanamke anayekupenda bila faida?

MFALME	Unajuwa nini?
TRIBOULET	Kupendwa kwa faida siyo kupendwa.
MFALME	Unajuwa je kama hakuna mwanamke anayenipenda kwa mapendo tu?
TRIBOULET	Bila kukujuwa kama Mfalme?
MFALME	Ndio. [*Pembeni*] Nisimtoe mpenzi wangu wa Barabara Bussy.
TRIBOULET	Bibi maskini!
MFALME	Kuna kizuio?
TRIBOULET	Angalisho! Ni hatari sana: wazazi wa jamaa hizo wana wivu sana juu ya wabinti wao. Kwa nini kutochagua bibi kati ya wabibi na wadada wa mawaziri wako?
MFALME	Ndio. Nitajaribu na Bibi wa de Cossé.
TRIBOULET	Umbebe!
MFALME	[*Akicheka*] Ni kwepesi kusema, na kugumu kutenda!
TRIBOULET	Tumuibe leo usiku.
MFALME	[*Akimwonyesha Bw. de Cossé*] Halafu bwana yake?
TRIBOULET	Atupwe gerezani.
MFALME	Hapana.
TRIBOULET	Kwa kumtuliza, umpandishe cheo.
MFALME	Lakini kama watu wote wa namba yake, atakataa na kutangaza habari popote.
TRIBOULET	[*Akifikiri*] Mtu huyu ni kizuio kikubwa kabisa. Umlipe ao umfukuzie katika nchi ya kigeni. [*Tokea muda kidogo Bw. de Cossé aliwakaribia Mfalme na Triboulet kwa nyuma na kusikiliza mazungumzo yao.*] Kwa furaha, Triboulet anajipiga

mkono usoni. Nilifikiri pia kama kuna njia
nyingine bora zaidi; [*Bw. de Cossé anazidi
tena kukaribia na kusikiliza.*]

Umuhukumu akatwe kichwa.

Bw. DE COSSÉ   [*Akirudi nyuma kwa woga.*] Tutasema
                   kama aliwasukuma watu watomboke.

Bw. DE COSSÉ   [*Kwa hasira*] Shetani, we!

MFALME   Akicheka na kupiga juu ya bega la Bw.
                   de Cossé. Kwa Triboulet Kweli! Kukata
                   kichwa hiki? Ukiangalie vizuri, rafiki;
                   kikitoa mawazo, ni ya bure.

TRIBOULET   Ni sawasawa na mtu mwenyewe.

Bw. DE COSSÉ   Kukata kichwa changu?

TRIBOULET   Halafu!

MFALME   [*Kwa Triboulet*] Unamchokoza mno.

TRIBOULET   Uko Mfalme. Nani atakuzuia, Mfalme?
                   Nani atakuzuia kufanya ginsi unavyotaka?

Bw. DE COSSÉ   Kunikata kichwa? Nashikwa na woga!

TRIBOULET   Ni kwepesi sana. Hakuna sababu ya
                   kusita kukukata kichwa!

Bw. DE COSSÉ   Kweli, nitakuapiza siku moja.

TRIBOULET   Sikuogopi.   Siogopi   viongozi
                   ninaowachokoza, kwani kichwa changu
                   hakina bei. Siogopi kitu, isipokuwa tu
                   kuona kilema changu kutumbukia tumboni
                   na kunivimbisha kama wewe.

Bw. DE COSSÉ   [*Akigusa upanga wake*] Mpumbafu, we!

MFALME   Cossé, acha! Njoo, we! Wanatoka na
                   Triboulet wakicheka.

Bw. DE GORDES   Mfalme anaumwa mbavu na kucheka.

Bw. DE PARDAILLAN	Kwa jambo lolote, hata ndogo, anacheka, anafurahi.
MAROT	Ni ya kushangaza, Mfalme anayechekacheka namna hii. [*Kiisha kutoka kwa Triboulet, waheshimiwa wanakaribiana na kumsindikiza Triboulet kwa macho ya chuki.*]
Bw. DE BRION	Tumlipize kisasi, Triboulet.
WOTE	Hum!
MAROT	Ni mjanja sana. Namna gani kumnasa? Ginsi gani kumsikitisha moyoni?
Bw. DE PIENNE	Mimi ninajuwa. Kila mtu kati yetu ana chuki fulani naye. Basi, tutaweza kujilipiza kisasi. Wote wanamkaribia Bw. de Pienne kwa ujuvi.
	Leo usiku, sisi wote na silaha, tukutane katika barabara Bussy, karibu ya nyumba ya de Cossé. Msitoe siri hii.
MAROT	Ninaona nia yako!
Bw. DE PIENNE	Tunasikilizana?
WOTE	Ndio, tunasikilizana.
Bw. DE PIENNE	Kimya! Anarudi.
	[*Triboulet na Mfalme wanarudi wakisindikizwa na wanawake.*]
TRIBOULET	[*Kwa peke akijisemea*] Tumchekelee nani sasa? Mfalme.
MTUMISHI	[*Akiingia na kumwambia Triboulet kwa sauti ya chini.*]
Bw. DE LA TOUR-LANDRY	Mzee moja mwenyi mavazi meusi, anataka kumuona Mfalme.

TRIBOULET	[*Akijitayarisha*] Ah! Ah! tumuone huyu Bwana de Saint-Vallier. [*Mtumishi anatoka.*] Bwana huyu hana nia nzuri. Nawaza ataleta fujo. [*Fujo kunako mlango wa nyuma.*]
SAUTI MOJA	[*Nje*] Ninataka kumuona Mfalme.
MFALME	[*Akikata masumulizi yake*] Hapana, nani anaingia? ...Sitaki.
SAUTI ILEILE	Ninataka kumuona Mfalme.
MFALME	[*Kwa sauti kubwa*] Hapana! hapana!
	[*Mzee moja mwenyi mavazi ya kilio anajipenya kati ya kundi na kusimama mbele ya Mfalme akimwangalia kwa hasira. Waheshimiwa wanajitenga na Mfalme wakisangaa.*]

KIPINDI CHA TANO

Walewale, Bw. de Saint Vallier, katika mavazi ya kilio, ndevu na nyele nyeupe.

Bw. DE SAINT-VALLIER nitasumulia	[*Kwa Mfalme*] Utake, usitake, na wewe.
MFALME	Bwana de Saint - Vallier!
Bw. DE SAINT-VALLIER	[*Wima mlangoni*] Ndio, ni jina langu!
	[*Mfalme anamwendea kwa hasira. Triboulet anamzuia.*]
TRIBOULET	Mheshimiwa, uniruhusu nimkaripie mtu huyu.

[Kwa Bw. de Saint – Vallier, na kiburi]

Bwana mkubwa! Ulikusanya watu kwa kuniuwa. Nilikuhurumia kwani niko Mfalme mwema na mpole. Najiuliza sasa, ni wazimu gani ilikusukuma kumwowesha binti wako kwa bwana mbaya, mwenyi kukunjama, mwenyi jipu juu ya pua, chongo jicho, mwembamba na mwenyi tumbo kama huyu?

[Akimwonyesha tena de Cossé ambaye anasalimia na kukasirika.]

Bwana wa mtoto wako ni mbaya kupita kiasi. Mwache Mfalme akuzalie wajuguu wazuri, ambao utawapenda na kuwachezesha magotini pako, huku wakikukokota ndevu.

[Waheshimiwa wanapiga mikono, Triboulet akimzomea na kumchekelea.]

BW. DE SAINT-
VALLIER

[Bila kumwangalia Triboulet]

Haya ni matusi mengine. Mfalme unisikilize vile inavyostahili kwani uko Mfalme. Uliponihurumia wakati walitaka kunitungika, nilishukuru sana. Na niliporudi nyumbani nilimwomba Mungu akubariki. Kumbe huruma wako ulikuwa mtego ili unipatishe haya ya kupita kipimo. Ni hivi pasipo huruma, pasipo heshima wala mapendo ulimnyanyua binti wangu Diane, ukamwingiza kitandani mwako ambamo umekwisha kuwabaka wanawake wengi. Na pale ukamkosea, ukamharibu na kumpatisha haya mtoto wangu, Diane.

Kumbe, nilipokuwa nikingoja kuhurumiwa, mwanangu Diane, ulikimbilia nyumbani kwa Mfalme kuniombea huruma! Naye

Mfalme, kijana mwenyi kupenda furaha, michezo na shangwe, alikulazimisha kuchagua ao kifo changu ao kitanda chake!

Mungu! wewe unayetuhukumu, ulipoona zambi hii ulisema nini kule mbinguni?

Ewe Mfalme! ulikosa sana ulipotenda vile. Ungeamuru niuawe; kweli nilistahili kwani nilikupinga. Lakini pahali pa baba, ulimkamata mwana na kumshurtisha ijapo akilia, kukubali maovu yako. Ulipitisha kiasi.

Ni mimi nilistahili kuhukumiwa, si mtoto wangu. Ulisema unanihurumia. Kumbe huruma wako ni kujilipiza kisasi kwa kumpevua mtoto wangu?

Ungeniuwa basi na kumhurumia mwanangu, jamaa langu. Ungelikuja kuniona gerezani, ningekuambia. Heri kufa, heri kukatwa kichwa kuliko kuishi katika haya.

Basi nitaishije nikijuwa kama ulimpotezea heshima mtoto wangu?

Mfalme! sikuja kukuomba unirudishie mtoto wangu. Akupende, hasikupende, siwezi kumbeba mwanangu uliyemharibu; bakia naye.

Lakini, kila mara utakapokuwa katika shangwe, nitakuja kukumbusha: Mfalme, ulitenda maovu, ulikosa, mpaka pale baba, kaka, bwana moja atatulipiza kisasi. Pengine utapenda kunikata kichwa ili ninyamaze. Hautajaribu! utaogopa maiti yangu isirudie kukumbusha - akionyesha kichwa chake - kichwa hiki mikononi.

MFALME

[*Kwa hasira kubwa*] Unapitisha kipimo hadi kunikosea heshima.

[*Kwa Bw. de Pienne}* Mfungeni mtu huyu!

Bw. DE PIENNE

Anawapatia alama askari wawili ambao wanakuja kusimama ngambo na ngambo ya Bw. de Saint - Vallier.

TRIBOULET

[*Akicheka]* Mfalme mtu huyu ni mwenye wazimu.

Bw. DE SAINT-
VALLIER

[*Akiinua mkono]* Ninawaapiza nyinyi wote wawili.

[*Kwa Mfalme]*

Mheshimiwa, si vizuri simba akizeeka kumtumia mbwa wako.

[*Kwa Triboulet]*

Na wewe mtumishi unayechekelea uchungu wa baba mzazi, ulaaniwe.

[*Kwa Mfalme]*

Ulipashwa kunipokelea kwa heshima. Uko Mfalme, niko mzazi. Kichwa chako kina taji la ufalme, kichwa changu kina nyele nyeupe. Tunalingana. Unamwazibu anayekutukana, Mfalme, Mungu anamwazibu anayemtusi mzazi.

Saltabadil

[Mwisho wa barabara Bussy; kuume, nyumba ndogo, mbele yake kiwanja chenyi kuzuungukwa na ukuta. Katika kiwanja miti michache na kiti kimoja cha jiwe. Ndani ya ukuta mlango moja unaangalia kwenyi barabara. Juu ya ukuta baraza ndogo yenyi kufunikwa kwa paa. Mlango wa gorofa ya kwanza unafungukia upande wa kiwanja kwa ngazi moja. Kushoto, kuta ndefu sana za bustani ya nyumba ya de Cossé.]

Mbali zaidi, nyumba, mnara wa Saint Séverin.

KIPINDI CHA KWANZA

Triboulet, Saltabadil wakati moja wa kipindi

Bw. DE PIENNE NA	
Bw. DE GORDES	*[Nyuma] [Triboulet akijifunika busti na*
bila	*mavazi yake ya kawaida anatokelea*
katika	*barabara na kujielekeza kwenyi mlango.*
	Anafwatwa na mtu mmoja mwenyi
mavazi	*meusi. Huyu anajifunika koti lenyi*
kuonyesha	*upanga chini yake.]*
TRIBOULET	*[Akifikiri]*
	Mzee yule ameniapiza!
MTU MMOJA	*[Akimsalimia]*
	Eh, bwana.

TRIBOULET	*[Akigeuka kwa hasira Akitafuta katika mifuko yake.]* Sina kitu!
MTU	Sikuombi kitu, bwana.
TRIBOULET	Akimwonyesha aende zake.
	Ni vizuri.
	[Bw. de Pienne na Bw. de Gordes wanaingia; wanasimama na kuangalia kutokea nyuma]
MTU	*[Akimsalimia]*
	Unaniwazia vibaya, bwana. Ninaishi kwa upanga wangu.
TRIBOULET	*[Akirudi nyuma, anajisemea]*
	Ni mwizi?
MTU	*[Akikaribia na hali ya kubembeleza]*
	Unaonekana kuwa na shuruli, bwana; kila magaribi unazunguukazunguuka huku kama mtu anayemlinda mwanamke moja.
TRIBOULET	*[Peke yake.]* Oh!
	[Kwa nguvu] Si desturi yangu kuwaelezea watu mambo yangu.
	[Anataka kutoka, mtu anamzuia.]
MTU	Ni kwa faida yako ninashurlika na mambo yako. Ungelinijuwa vizuri, ungelinipokelea vizuri. Labda kuna mtu moja anayemtongoza mke wako; unasikia wivu?
TRIBOULET	*[Akianza kukasirika]*
	Basi, ni nini unataka?
MTU	*[Kicheko midomoni, anasema mbio na kwa sauti ya chini]*
	Unatambua, bwana, kama niko mtu wa hakika?

TRIBOULET	[*Akipumua*] Kweli!
MTU	Na kama nikikufwata, ni kwa nia nzuri.
TRIBOULET	Ndio. Uko kweli mtu wa mafaa.
MTU	[*Kwa upole*] Na mlinzi wa heshima ya wabibi wa mji huu.
TRIBOULET	Na ni bei gani kwa kumuuwa mkorofi wa wanawake?
MTU	Bei inafwatana na hali ya ukorofi na pia maarifa ya kutumia kwa kumuuwa.
TRIBOULET	Na kwa kumuua mtu mwenyi cheo?
MTU	Kuna hatari ya kupigwa kisu tumboni, kwani watu hawa wana silaha. Ndio maana, bei yao ni kubwa zaidi.
TRIBOULET	Watu wenyi cheo wakihitaji feza nyingi kwa kuwauwa, na watu wa kawaida, hawauani kati yao?
MTU	[*Na kicheko midomoni*] Usidanganyike. Watu hawa wanapenda kujilinganisha na watu wenyi cheo. Ni hivi wanakubali kulipa feza nyingi ili niwatumikie. Wanalipa nusu mbele na nusu kiisha kazi.
TRIBOULET	[*Akitigisa kichwa*] Na ukinaswa, utatungikwa!
MTU	[*Na kicheko*] Hapana, hapana. Tunatoa feza kidogo kwa polisi.
TRIBOULET	Na ni hivi kwa kila mtu?
MTU	Akikubali. Ila tu…Nitasema je? Ila tu…. ukiwa Mfalme.
TRIBOULET	Namna gani unafanya kazi ile?
MTU	Bwana, ninauwa mjini, nyumbani kwangu, ginsi ninavyotaka.

TRIBOULET	Unatumia njia ya kawaida?
MTU	Katika mji, ninatayarisha kisu kimoja kikali; kiisha usiku ninamngoja mtu yule.
TRIBOULET	Nyumbani kwako unafanya namna gani?
MTU	Nina dada yangu mmoja mzuri, Maguelone. Anachezacheza usiku njiani na anawavuta nyumbani kwetu watu wanaomtamania.
TRIBOULET	Nasikia!
MTU	Ninafanya kazi yangu katika ukimya. Unionyeshe mtu wako, utafurahi na kazi yangu. Bila kelele, pasipo kujivuna, ninafanya kazi peke yangu, bila kusaidiwa na kundi fulani.
	[*Anatosha upanga mrefu sana chini ya koti lake.*]
	Hii ni silaha yangu kwa kutumika.
TRIBOULET	[*Akishangaa kuona upanga*] Aksanti. Kwa sasa sina lazima ya kitu.
MTU	[*Akirudisha upanga katika ala*] Si neno. Utakapotaka kuniona, ninatembelea kila wakati wa mchana mbele ya nyumba ya Maine.
	Jina langu ni Saltabadil.
TRIBOULET	Uko mgeni?
MTU	[*Akimsalimia*] Hapana, niko mkaaji.
BW. DE GORDES	[*Akiandika nafasi alipo na kwa sauti ya chini anamwambia Bw. de Pienne*]
	Mtu wa lazima! Ninaandika jina lake.
MTU	[*Kwa Triboulet*]
	Bwana, nakuomba usiniwazie vibaya.
TRIBOULET	Hapana, kila mtu na kazi yake!

MTU	Na ni hivi ninaepuka kuomba msaada. Nina watoto wane.
TRIBOULET	Unapashwa kuwalea vizuri. [*Akimfukuza*] Mungu akusaidie!
BW. DE PIENNE	[*Kwa Bw. de Gordes akimwonyesha Triboulet*] Bado ni mchana; naogopa asituone. [*Wote wawili wanatoka*]
TRIBOULET	[*Kwa Mtu*] Kwa heri!
MTU	[*Akimsalimia*] Kwa heri! Tayari kwa kukutumikia. [*Anatoka*]
TRIBOULET	[*Akimuangalia kwenda*] Wote wawili, tunafanana: mimi ni msemaji, yeye ana kisu kikali; mimi ninacheka, yeye anauwa.

KIPINDI CHA PILI

Kiisha Mtu kwenda, Triboulet anafungua polepole mlango wa kutokea katika kiwanja. Anaangalia nje kwa utaratibu, kiisha anatosha ufunguo na kufunga mlango akiwa ndani. Anapiga hatua chache katika kiwanja, akiwazawaza.

TRIBOULET	[*Peke*] Ole wangu! Dunia na watu waligeuza roho yangu kuwa mbaya. Hasira gani kila mara nikikumbuka ya kama niko kilema na kazi yangu ni kumfurahisha Mfalme. Nikipenda, nisipopenda, kazi yangu ni kumchekesha Mfalme. Haya gani!

Askari, maskini, mtu yeyote, hata mtumwa, ana haki ya kucheka ao kulia akipenda; mimi hapana. Siku zote nina uchungu na hasira kwani ninauchukia mwili wangu wa kilema na kuwaonea wivu watu wazuri na wenyi nguvu.

Sipendi kuona vitu vizuri vinavyonizuungukia. Ninakaa peke yangu bila rafiki. Lakini nikitaka kujificha mahali pa kimya ili nitulize roho yangu inayolia kwa uchungu, bwana wangu anatokea rafla mwenyi furaha, mwenyi kupendwa na wanawake, mwenyi heri hata kusahau kitu.

Yeye aliye mkubwa, kijana na mwenyi afya njema, yeye aliye Mfalme wa Ufaransa, yeye mzuri, ananipiga kiatu ili nisahau uchungu wangu na ananiambia: "mtumishi wangu, unichekeshe".

Na paleplale, ninasahau uchungu wangu, hasira, tamaa na nia ya kujilipiza kisasi na ninamfurahisha Mfalme. Utu wangu si kitu mbele yake; ninajinyenyekesha mbele ya zarau yake.

Mara nyingine ni malkia, kijana mwanamke mzuri, anayeniamuru, akiwa nusu uchi, nichezecheze kama mbwa kitandani mwake. Siko mtu mbele yake.

Ao ni waheshimiwa wanaonizarau na kunicheka.

Lakini angalisho, mabwana, mimi mnayezarau niko pia mtu, ninalinda rohoni mwangu hasira na chuki; ninazificha chini ya kicheko changu. Hamjuwi ninawatayarishia malipizi na kisasi.

[Akisimama]

Lakini mahali hapa niko mtu mwingine. Heri yangu ninapofika hapa inanisahaulisha watu wote wale ninaowachukia.

[Akizidi kuwaza]

Ah! Mzee yule aliniazibu! Sababu gani wazo hili linarudiarudia? Mungu wangu! Nisipatwe na msiba!

[Anatigisa kichwa]

Nisahau wazo hili, nisipate wazimu!

[Anaenda kugonga kwenyi mlango wa nyumba. Binti mwenyi mavazi meupe anatoka na kumkumbatia kwa furaha.]

KIPINDI CHA TATU

Triboulet, Blanche, kiisha Bibi Berarde.

TRIBOULET   Mwanangu! Anamkumbatia kwa furaha. Unikumbatie mwanangu. Karibu yako kuna furaha, ninasahau magumu yote, nina heri na niko starehe. Kila siku uzuri wako unazidi. Haukosi kitu? Unaishi vizuri hapa?

[Anamwangalia kwa heri.]

BLANCHE   *[Mikononi mwa baba yake]*

Kweli baba, uko mwema sana kwangu.

TRIBOULET   *[Akikaa]*

Sababu ninakupenda; si uko maisha

na damu yangu? Singelikuwa na wewe, ningelifanya je? Mungu wangu!

BLANCHE

[*Akimgusa uso kwa mkono*]

Naona unanungunika! Unasikia nini?

Uniambie, mimi, mtoto wako! Ole wangu! Sijuwi jamaa langu!

TRIBOULET

Mwanangu, hauna jamaa!

BLANCHE

Sijuwi jina lako.

TRIBOULET

Si lazima.

BLANCHE

Mbele ya kufika kwako, majirani wangu wa mji nilikokomea walizani kama niko yatima.

TRIBOULET

Ningelikuachilia kule, ungelikuwa vizuri. Lakini sikuweza tena kuishi peke. Nilikuwa na lazima nawe, na lazima ya mtu anayenipenda.

[*Akimkumbatia tena*]

BLANCHE

Kwa kuwa haupendi kunielezea kitu juu yako mwenyewe.

TRIBOULET

Usizoee kutoka!

BLANCHE

Tangu myezi miwili niko hapa, nilitoka mara moja tu kwa kwenda kanisani.

TRIBOULET

Vizuri.

BLANCHE

Baba mpenzi, unielezee basi juu ya mama yangu.

TRIBOULET

Oh, mwanangu, usinikumbushe mambo ya uchungu. Mama yako alikuwa bibi mwema asiyeweza kulinganishwa na wengine. Wewe haungelizaliwa, ningezani ni ndoto tu.

Aliponiona peke yangu mwenyi kilema na mwenyi kuchukiwa na watu alinipenda. Na mapendo yake yalikuwa mwanga katika maisha yangu.

Bahati mbaya, alifariki na wewe ndio alama iliyobaki.

[Akiinua macho juu]

Mungu aksanti! Analia uso mikononi mwake.

BLANCHE   Kweli, unateswa sana, baba. Sipendi kukuona unalia. Machozi yako yananivunja moyo.

TRIBOULET   Na utasema nini kama unaniona nacheka?

BLANCHE   Baba yangu, ni nini unayo? Uniambie jina lako. Uniambie shida zako.

TRIBOULET   Hapana. Kwa nini kujitaja? Niko baba yako, inatosha.

Sikia: labda mahali pengine kuna watu wananiogopa, sijuwi. Wengine wananizarau, wengine wananiapiza.

Jina langu litakufaa nini utakapolijuwa?

Ninachotaka sasa mbele yako ni kuwa tu baba yako, baba yako mheshimiwa, mpendwa, mtakatifu.

BLANCHE   Baba yangu!

TRIBOULET   *[Akimkumbatia kwa nguvu]*

Hakuna duniani moyo mwenyi mapendo kama yako. Ninakupenda sana ginsi ninavyochukia watu wote. Kaa karibu yangu, njoo tusumulie juu ya mapendo yetu hivi tuko pamoja, mkono wako katika mikono yangu. Unampenda baba yako, sivyo?

Mwanangu, wewe ndiye zawadi moja tu Mungu aliyonipa. Wengine wana jamaa, ndugu, marafiki, bibi ao bwana, watumishi, mababu, watoto wengi na vivi hivi. Mimi sina kitu, ila wewe.

Moja ni mtajiri, wewe tu ndio mali yangu. Mwengine anamsadiki Mungu, mimi ninakusadiki wewe. Wengine wana ujana, afya, ni wazuri. Mimi sina kitu, ila uzuri wako, mwanangu. Wewe ndio mji wangu, nchi yangu, jamaa langu, bibi yangu, mama yangu, dada na mtoto wangu, raha yangu, mali yangu, dini na sheria yangu.

Ulimwengu ni wewe, wewe daima, wewe tu. Mahali pengine sina raha, kwa hiyo siwezi kukubali kukupoteza. Cheka kidogo. Cheko yako inafanana na cheko ya mama yako. Alikuwa mzuri, na wewe unafanana naye. Unazoea kupitisha mkono kwa uso wako kama vile yeye.

Unaangara kwangu kama malaika. Hata nikifunga macho, ninakuona. Ningependa kuwa kipofu, nisione kitu ila wewe.

BLANCHE	Ginsi ningependa kukujaza na heri!
TRIBOULET	Nani? Mimi?

Niko na heri hapa. Ninapokuona, mwanangu, moyo wangu unafurahi.

[*Katika kicheko, anampitisha mkono kichwani*]

Ulipokuwa mdogo, nyele zako zilikuwa tafauti.

BLANCHE	[*Kwa unyenyekevu*]

Siku moja magaribi ningependa kutoka kidogo kuona mji.

TRIBOULET	[*Kwa hasira*]

Kamwe mwanangu! Natumaini kama kamwe haujatoka na mlinzi wako Berarde.

BLANCHE	[*Kwa woga*]
	Hapana.
TRIBOULET	Fanya angalisho!
BLANCHE	Ninaenda tu kanisani!

TRIBOULET	*[Peke yake]*
	Mungu wangu! Akitoka watu watamuona, watamfwata na pengine watamtorosha.
	Mtoto wa maskini haheshimiwi, anachekelewa tu!
	[Kwa nguvu]
	Nakuomba tena ujifungie humu, mwanangu; hali ya mji huu ni mbaya kwa wanawake. Wakorofi wanatangatanga popote, hasa viongozi.
	[Akiinua macho juu]
	Mungu! Mtoto wangu akomee hapa mbele yako. Umkinge na mateso na zaruba inayokausha mauwa. Umkinge na maovu ili baba yake maskini atulizwe na usafi wake.
	[Analia uso mikononi mwake]
BLANCHE	Sitasema tena juu ya kutoka, lakini nakuomba usizidi kulia hivi.
TRIBOULET	Hapana, kulia kunatuliza. Nilicheka sana usiku.
	[Akisimama]
	Naona kama nimesahau wakati wa kurudi kwa kazi yangu. Kwa heri.
	[Jua linatua]
BLANCHE	Utarudi tena?
TRIBOULET	Inawezekana. Unaona, mimi si kiongozi wa maisha yangu
	[Akiita]
	Bibi Berarde.
	[Bibi mmoja mzee anajitokeza mlangoni]
BIBI BERARDE	Kuna nini bwana?

TRIBOULET	Ninapoingia hapa, hakuna mtu anayeniona?
BIBI BERARDE	Hakika! Hakuna mtu hapa.

[*Karibu usiku kati. Ngambo ingine ya ukuta, katika barabara, Mfalme akivaa mavazi ya desturi na meusi. Kwa hasira anaangalia urefu wa ukuta na wa mlango unaofungwa*]

TRIBOULET	[*Akizidi kumkumbatia Blanche*] Kwa heri, mwanangu mpendwa.

[*Kwa Bibi Berarde*]

Mlango wa nyuma unafungwa vizuri?

[*Anaitika*]

Ninajuwa nyumba moja yenyi kufichama zaidi. Nitaiangalia kesho.

BLANCHE	Baba, nyumba hii inanipendeza; kutoka baraza yake ninaweza kuona bustani.
TRIBOULET	Nakuomba usikae tena hapa.

[*Akisikiliza*]

Hamsikii hatua za watu nje?

[*Anaenda kunako mlango wa kiwanja, anaufungua na kuangalia kwa woga barabarani; Mfalme anajificha pembeni ya mlango ambao Triboulet aliacha nusu wazi*]

BLANCHE	[*Akionyesha baraza*]

Je? Siwezi kwenda magaribi kupumzika pale?

TRIBOULET	[*Akirudi*]

Angalisho! Watu wanaweza kukuona pale.

[*Triboulet akimtupia mgongo, Mfalme anajiingiza katika kiwanja na kujificha nyuma ya mti mnene.*]

	[*Kwa Bibi Berarde*] Hamtii kamwe taa mbele ya dirisha?
BIBI BERARDE	[*Akifumba mikono*] Ginsi gani mtu anaweza kuingia humu?
	[*Anageuka na kumuona Mfalme nyuma ya mti. Anastuka. Wakati anataka kulalamika Mfalme anamtupia feza. Anaibeba na kukaa kimya.*]
BLANCHE	[*Kwa Triboulet anayeenda kuiangazia baraza*]
	Utaratibu gani, baba! Unieleze.
	Ni nini unaogopa?
TRIBOULET	Siogopi kitu kwa ajili yangu, lakini kwa ajili yako.
	[*Anamkumbatia tena*]
BLANCHE	Mwanangu, kwa heri!
	[*Mwanga wa taa ya Berarde unawaangazia, Triboulet na Blanche*]
MFALME	[*Peke yake nyuma ya mti*]
TRIBOULET	[*Anacheka*] Je! Ni mtoto wa Triboulet? Mambo ya kufurahisha.
TRIBOULET	[*Alitaka kutoka, anarudi tena*]
	Ninakumbuka. Unapoenda kanisani, hakuna mtu anayewafwata?
	[*Blanche anashusha macho, akikosa la kusema*]
BIBI BERARDE	Kamwe!
TRIBOULET	Kama mtu anawafwata, inafaa kulalamika.
BIBI BERARDE	Ndio, nitaomba msaada.
TRIBOULET	Na kama mtu anabisha mlangoni, msifungue kamwe.

BIBI BERARDE	[*Akiongeza maneno ya Triboulet*]
	Ikiwa Mfalme?
TRIBOULET	Hasa kama ni Mfalme.
	[*Anamkumbatia tena binti wake na kutoka akifunga mlango vizuri*]

KIPINDI CHA NNE

Blanche, Bibi Berarde, Mfalme

[*Wakati wa sehemu ya kwanza ya kipindi, Mfalme anajificha nyuma ya mti.*]

BLANCHE	[*Akiwaza, anasikiliza hatua za baba yake anayeenda*]
	Lakini zamiri inanigonga.
BIBI BERARDE	Zamiri! Sababu?
BLANCHE	Kwa kuwa hata jambo ndogo linamstusha na kumwogopesha. Alipoondoka niliona machozi kumeremeta katika macho yake.
	Nilipashwa kumwarifu, maskini baba yangu, ya kama kila siku ya Mungu tunapoenda kanisani, kijana mmoja eko anatufwata. Unamkumbuka mwanaume yule mzuri?
BIBI BERARDE	Sababu gani kumjulisha jambo lile? Baba yako ni mkali na, hakika, ana tabia ngumu. Unamchukia basi kijana yule?
BLANCHE	Mimi kumchukia? Kamwe! Tangu nilipomuona, siwezi tena kumsahau. Tangu macho yake na yangu yalipambana, sioni tena kitu, ila yeye.
	Niko wake. Namuona anawashinda watu wote. Ni shujaa na ni mpole.

BIBI BERARDE	Kweli anavutia watu!
	[*Anapita karibu ya Mfalme. Huyu anampa feza*]
BLANCHE	Mtu kama yule anapashwa kuwa …
BIBI BERARDE	[*Anamnyooshea Mfalme mkono; huyu anampa tena feza.*] …mkamilifu.
BLANCHE	Macho yake yanaonyesha kama ni mtu mwema.
BIBI BERARDE	Kweli ana moyo mkubwa.
	[*Kwa kila neno la Berarde, anamnyooshea Mfalme mkono; huyu anampa tena feza*]
BLANCHE	Ni shujaa!
BIBI BERARDE	[*Akiendelea na mchezo wake*]
	Ni wa ajabu.
BLANCHE	Lakini ni …mwema.
BIBI BERARDE	[*Akinyoosha mkono*]
	Ni mnyenyekevu!
BLANCHE	Hana choyo.
BIBI BERARDE	[*Akinyoosha mkono*]
	Ni mzuri sana.
BLANCHE	[*Na heri kubwa*]
	Ananipendeza!
BIBI BERARDE	[*Akiendelea kunyoosha mkono kwa kila neno lake*]
	Kimo chake ni cha pekee. Macho yake! Sura yake! Pua yake!
MFALME	[*Kwa peke*] Mzee huyu anasifu kila kiungo cha mwili wangu. Ataisha feza zangu.
BLANCHE	Napenda kusikia ginsi unavyomsifu.

BIBI BERARDE	Najuwa.
MFALME	[*Kwa peke*] Anachochea moto!
BIBI BERARDE	Mwema, mpole, moyo mkubwa, shujaa, bila choyo...
MFALME	[*Anamaliza feza zake*]
	Anaanza tena!
BIBI BERARDE	[*Akiendelea*]
	Ni bwana mkubwa kwani zahabu zinapamba nguo zake.
	[*Ananyoosha mkono, Mfalme anamjulisha kama hana tena kitu*]
BLANCHE	Sipendi awe bwana mkubwa ao mtoto wa Mfalme, lakini mwanafunzi maskini anayetoka kijijini, kwani hawa ni watu wanaojuwa kupenda.
BIBI BERARDE	Inawezekana kama unampendelea hivyo.
	[*Kwa peke*] Akili gani ya watoto wanawake; kila mara mawazo yao yanabadilika!
	[*Akijaribu tena kumnyooshea Mfalme mkono*]Kijana yule anakupenda mno.
	[*Mfalme hatoi kwa peke*]
	Nazani feza zinamwishia kijana huyu. Sitamsifu bila feza.
BLANCHE	[*Bila kumuona Mfalme*]
	Siku ya Mungu inakawia. Nisipomuona, napatwa na uchungu sana. Siku moja wakati wa kutolea, kanisani, niliwaza ataweza kunisemesha. Moyo wangu ulipiga. Ninakumbuka ile usiku na mchana.
	Upande wake, mapendo yake kwangu yanambana sana; na niko yakini kama niko rohoni mwake. Inaonekana wazi. Haelekei

wanawake wengine. Hashurlikii michezo
wala shangwe, isipokuwa tu mimi.

BIBI BERARDE

[*Akijaribu mara ya mwisho kumnyooshea
Mfalme mkono*]

Ni kweli kabisa. Ninaapa juuu ya kichwa
changu.

MFALME

[*Akitoa pete yake na kumpa*]

Pokea pete yangu kwa kiapo chako.

BLANCHE

Ah! Ningependa mara nyingi ninapoota
ao kumkumbuka usiku na mchana kuwa
naye hapa mbele yangu.

[*Mfalme anajifichua na kwenda kupiga
magoti mbele yake. Blanche akiangalia
kwingine hamuoni Mfalme.*]

Ili nimwambie mimi mwenyewe: uwe na
heri na furaha!

Ndio, ninakupenda …

[*Anageuka na kumuona Mfalme akipiga
magoti. Kwa mstuko, anaacha kusema.*]

MFALME

[*Akimnyooshea mkono*]

Ninakupenda. Maliza wazo lako. Sema:
ninakupenda, usiogope kitu. Ndilo neno
linapendeza kutoka katika kinywa chako.

BLANCHE

[*Akishangaa, anamtafuta Bibi Berarde*]

BERARDE

Hakuna mtu anayenijibu?

Hata mtu moja!

MFALME

[*Akizidi kupiga magoti*]

Wapenzi wawili ni kama ulimwengu
mzima.

BLANCHE

[*Akitetemeka*]

Bwana, unatokea wapi?

MFALME

Nitokee motoni ao mbinguni, niwe shetani

	ao malaika, si neno. Lakini, ninakupenda.
BLANCHE	Unihurumie, Mungu wangu! Ninatumaini kama hakuna mtu aliyekuona.
	Toka haraka. Mungu wangu! Kama baba...
MFALME	Wakati ninakukumbatia, wakati niko wako na uko wangu, nitoke! Si ulisema unanipenda?
BLANCHE	[*Kwa msangao*]
	Alinisikiliza!
MFALME	Bila shaka. Ni nini ingine ulitaka nisikilize?
BLANCHE	[*Akiomboleza*]
	Ah! Tunazungumza. Inatosha. Ninakusihi, utoke!
MFALME	Nitoke! Wakati maisha yako na yangu yanaambatana! Wakati nyota zinaangaa mbinguni. Mbingu ilinichagua niamshe moyo wako mchanga, nifungue macho yako. Njoo! Mapendo ni mwanga wa roho unaopita vitu vyote. Cheo, sifa,mali, vyote vinapita. Kuna kitu kimoja tu cha samani hapa duniani: mapendo.
BLANCHE	Ni heri ninayokuletea. Heri inakungoja mbele yako. Maisha ni mauwa, mapendo ndio asali yake. Uzuri wako uungane na nguvu yangu. Mkono wako mkononi mwangu, tupendane, tupendane.
	[*Anataka kumkumbatia, lakini Blanche anajipigapiga.*]
BLANCHE	Hapana, uniache!
	[*Anamkumbatia na anambusu.*]
BIBI BERARDE	[*Peke yake juu ya baraza*]
	Anasonga mbele.
MFALME	[*Peke yake ananaswa. Kwa nguvu*]

	Niambie kama unanipenda .
BIBI BERARDE	Nyuma peke yake
	Kweli ni mjanja!
MFALME	Blanche, niambie tena!
BLANCHE	[*Akishusha macho*]
	Unajuwa kwani ulinisikia.
MFALME	[*Akimkumbatia tena kwa furaha*]
	Heri yangu!
BLANCHE	Ole wangu!
MFALME	Hapana. Heri yetu!
BLANCHE	[*Akimponyoka*]
	Niambie jina lako. Silijuwi.
BIBI BERARDE	[*Nyuma peke yake*]
	Ni wakati wa kulitafuta vizuri.
BLANCHE	Ninawaza hauko mtu mwenyi cheo ao mtajiri, kwani baba yangu hawapendi.
MFALME	Hapana. Jina langu ni …. [*Peke yake*]
	Tuseme …[*anatafuta*] Gaucher Mahiet… Niko mwanafunzi maskini sana.
BIBI BERARDE	[*Akihesabu feza alizopewa*]
	Ni muongo huyu!
	[*Bw. de Pienne na Bw. de Pardaillan wanaingia wakijifunika makoti, taa mkononi*]
BIBI BERARDE	[*Akimwambia Bw. de Pardaillan kwa sauti ya chini*]

	Ni mahali hapa, bwana
BIBI BERARDE	[*Akishuka kwenyi baraza na kusema kwa sauti ya chini*]
	Ninasikia hatua nje.
BLANCHE	[*Akiogopa*] Labda ni baba yangu.
BIBI BERARDE	[*Kwa Mfalme*] Nenda, bwana.
MFALME	Nikimnasa mtoaji anayeharibu mipango yangu!
BLANCHE	[*Kwa Bibi Berarde*] Mpitishe haraka kwa mlango wa nyuma.
MFALME	[*Kwa Blanche*] Nini! Nikuache sasa! Utanipenda tena kesho?
BLANCHE	Na wewe?
MFALME	Maisha yangu yote!
BLANCHE	Utanidanganya ninavyomdanganya baba yangu.
MFALME	Kamwe!
	Nibusu mara moja tu macho yako, Blanche.
BIBI BERARDE	[*Peke yake*] Anapenda sana kubusu wanawake!
BLANCHE	[*Akikataa*] Hapana, hapana.

[*Mfalme anamkumbatia na anarudi na Bibi Berarde nyumbani. Muda kidogo, Blanche anaangalia mlango Mfalme alikotokea; kiisha anaingia pia. Katika wakati ule barabara inajaa watu wenyi silaha na wenyi kuvaa makoti na kujifunika usoni.*]

[*Bw. de Cossé, mabwana de Montchenu, de Brion na de Montmorency, Clément Marot*]

*wanawafwata Bw. de Pienne na Bw. de
Pardaillan. Giza ni kubwa. Wanajijulisha
kwa alama na kuonyeshana nyumba ya
Blanche. Mtumishi mmoja anawafwata
akibeba ngazi.]*

KIPINDI CHA TANO

Marafiki, Triboulet kiisha Blanche

*[Blanche anaonekana tena kunako mlango wa gorofa ya kwanza.
Mikononi mwake taa linalomwangazia.]*

BLANCHE	*[Kwenyi baraza]*
	Gaucher Mahiet! Nilinde kabisa moyoni jina la mpenzi wangu.
BW. DE PIENNE	*[Kwa marafiki]* Mabwana,ni yeye bila shaka!
BW. DE PARDAILLAN	Tuangalie!
BW. DE GORDES	*[Kwa zarau]*
	Si bibi wa ajabu. *[Kwa Bw. de Pienne.]* Ole wako ukivutiwa na wabibi wasio wa namba yako.
	[Wakati ule Blanche anageuka; watu wanamuona]
BW. DE PIENNE	*[Kwa Bw. de Gordes]*
	Unamuonaje?
MAROT	Ni mzuri.
BW. DE GORDES	Ni jini, ni malaika, ni mrembo.
BW. DE PARDAILLAN	Ni nini? Ndiye Bibi wa Triboulet? Kweli huyu ni mnafiki.

Bw. de Gordes	Mnafiki, na tena hamstahili.
Marot	Bibi mrembo kwa bwana mbaya! Kweli Mungu anapenda kuchanga hali za watu!
	[*Blanche anaingia nyumbani Hakuna mwanga, ila dirishani.*]
Bw. de Pienne	Mabwana, tusipoteze wakati wetu bure; tulikusudia kumwazibu Triboulet; tuko sisi wote hapa na chuki yetu, tena tuna ngazi. Tupande ukuta, tumuibe mrembo wake, tumpeleke nyumbani kwa Mfalme atakayemuona wakati wa kuamka.
Bw. de Cossé	Mfalme hatasita kumnyanyua.
Marot	Shetani atajuwa ginsi gani atatenga mambo.
Bw. de Pienne	Kweli ni bibi anayemfaa Mfalme [*Triboulet anaingia*]
Triboulet	[*Nyuma akifikiri*]
	Ninarudia tena …Faida gani?
	Ah! Sijuwi sababu.
Bw. de Cossé	[*Kwa marafiki*]
	Mabwana, mnakubali kuona Mfalme kumnyanganya kila mtu bibi yake: bibi yule awe mweusi ao mweupe?
	Ninapenda kujuwa ni nini Mfalme angesema kama mtu mmoja angalimbaka malkia.
Triboulet	[*Akipiga hatua chache mbele*]
	Mzee yule ameniapiza. Kwa siri yangu, ninaogopa kitu kimoja.
	[*Giza ni kubwa sana; kwa hivi hamuoni Bw. de Gordes na anamgonga.*]

	Ni nani kule?
Bw. DE GORDES	[*Akirejea mwenyi woga, anawaambia marafiki yake kwa sauti ya chini:*]
	Mabwana, Triboulet!
Bw. DE COSSÉ	[*Kwa sauti ya chini*]
	Tufanye vitu viwili kwa mara moja. Tumuuwe Triboulet.
Bw. DE PIENNE	Hapana!
Bw. DE COSSÉ	Eko mikononi mwetu
Bw. DE PIENNE	Tukimuuwa sasa, ni nani tutamchekelea kesho?
Bw. DE GORDES	Kisasi chetu hakiwezi tena kuwa na maana.
Bw. DE COSSÉ	Tusipomuuwa, atazuia mpango wetu.
MAROT	Mniruhusu kusumulia naye. Nitatengeneza yote.
TRIBOULET	[*Aliyejificha akiwinda*]
	Ninasikia watu wanasema polepole.
MAROT	[*Akikaribia*]
TRIBOULET	Triboulet, [*kwa sauti kali*]
	Nani kule?
MAROT	He, usistuke. Ni mimi.
TRIBOULET	Wewe nani?
MAROT	Marot.
TRIBOULET	Ah! kuna giza sana usiku huu.
MAROT	Kweli shetani anashusha giza.
TRIBOULET	Kwa ukomo gani?
MAROT	Tunakuja kumuibia Mfalme Bibi wa de

	Cossé. Haukutambua?
TRIBOULET	[*Akipumua*]
	Vizuri sana
Bw. DE COSSÉ	[*Peke yake*]
	Ningependa kumvunja kiungo kimoja.
TRIBOULET	[*Kwa Marot*]
	Na utaingia namna gani chumbani mwake?
MAROT	[*Akimwambia Bw. de Cossé kwa sauti ya chini*]
	Nipatie ufunguo wako.
	[*Bw. de Cossé anampatia ufunguo wake, naye anaupeleka kwa Triboulet*]
	Kamata ufunguo; unatambua alama ya de Cossé?
TRIBOULET	[*Akipapasa ufunguo*]
	Ndio. Meno ya msumeno.
	[*Kwa peke*] Mungu wangu! Niko mpumbafu!
	[*Akionyesha ukuta wa kushoto*]
	Hii ni nyumba ya de Cossé. Niliwaza nini kichwani mwangu?
	[*Kwa Marot akimrudishia ufunguo*]
	Ni kwa kumuibia de Cossé bibi yake? Niko nanyi!
MAROT	Tunaficha vichwa vyetu.
TRIBOULET	Nami nifiche kichwa changu.

[*Marot anamfunika kichwa, macho na masikio kwa kitambaa*]

Na kiisha?

MAROT

Utatukamatilia ngazi.

[*Marafiki wanasimamisha ngazi kunako ukuta wa baraza. Marot anampeleka Triboulet pale na kumgusisha ngazi.*]

TRIBOULET

[*Mkono kwenye ngazi*]

Muko wengi? Sioni kitu!

MAROT

Sababu kuna giza kubwa.

[*Kwa marafiki, akicheka*]

Mnaweza kulalamika na kutembea kwa kishindo kikubwa: kitambaa hiki kinamgeuza mtu kuwa kipofu na kiziwi.

[*Marafiki wanapanda juu ya ngazi, wanabomoa mlango wa gorofa ya kwanza na kuingia nyumbani. Punde kidogo, moja wao anaonekana katika kiwanja na kufungua mlango akiwa ndani. Kiisha wote wanaingia katika kiwanja na kuvuka mlango wakimbeba Blanche nusu uchi na mwenyi kufungwa kinywa, huku akijipigapiga.*]

BLANCHE

[*Akilia kwa mbali*] Baba, baba, msaada!

SAUTI ZA MARAFIKI

[*Kwa mbali*] Tumeshinda! wanatoka na Blanche

TRIBOULET

[*Aliyebaki peke chini ya ngazi*]

Hawajaisha! Wananisumbua na kazi hii! Ninaonekana mjinga, macho yenyi kufungwa.Ole wangu!

[*Anaacha ngazi na kuvumbua kitambaa*

alichofungwa. Anakiondoa, na, kwa mwanga wa taa iliyoachwa chini, anaona kitu cheupe. Anakiogota na kutambua nguo ya binti wake. Anageuka. Ngazi inaegemea kwenyi ukuta wa baraza, mlango wa nyumba yake uko wazi. Anaingia kwa hasira, na kutoka kiisha akimkokota Bibi Berarde mwenyi kufungwa kinywa na nusu uchi. Anamwangalia kwa msangao, kiisha analia bila sauti.]

[Baadaye tu anapaza sauti:]

Ole wangu!

[Anazimia!]

Mfalme

SEHEMU YA TATU

Louvres, nyumbani mwa Mfalme Mbele kuna meza, viti, nyuma mlango mkubwa wa zahabu; kushoto mlango wa chumba cha Mfalme; kuume kabati yenyi masahani ya zahabu na ya udongo. Mlango wa nyuma unaangalia kunako bandari.

KIPINDI CHA KWANZA

Marafiki

Bw. DE GORDES	Sasa tutengeneze mwisho wa mambo.
Bw. DE PARDAILLAN	Inafaa Triboulet ajiulize, ateswe na asijuwe kama mpenzi wake eko hapa.
Bw. DE COSSÉ	Amtafute mpenzi wake? Ni vema, lakini kama walinzi wa mlango walituona tunamuingiza humu usiku?
Bw. DE MONTCHENU	Wote waliamriwa kumwambia kama hawakuona mtu kuingia humu usiku.
Bw. DE PARDAILLAN	Na tena niko na mtumishi moja mjanja aliyewaambia watumishi wa Triboulet ya kama usiku kati alimuona bibi akijaribu kuponyoka mikononi mwa watu waliomnasa karibu ya nyumba ya Hautefort.
Bw. DE COSSÉ	[*Akicheka*]
	Nyumba hii iko mbali sana na makao ya Mfalme.

Bw. de Gordes	Tuzidi kumvuruga asijuwe ni wapi kuko mpenzi wake.
Marot	Leo asubuhi nilimtumia habari. [*Anabeba kartasi na kusoma*]
	"Oh, Triboulet, nilimwiba mpenzi wako; ujuwe kama ninampeleka katika nchi ya kigeni".
	[*Wote wanacheka*]
Bw. de Gordes	[*Kwa Marot*]
	Ulitia jina gani?
Marot	Jean de Nivelles [*Cheko zaidi*]
Bw. de Pardaillan	Atamtafuta sana.
Bw. de Cossé	Ninafurahi kuona ginsi atakavyoangaika.
Bw. de Gordes	Masikini yeye! Hasira na uchungu atakayopata, ndio malipo ya kisasi chetu.
	[*Mlango wa pembeni unafungulika; Mfalme anaingia akivaa mavazi ya usiku. Anasindikizwa na Bw. de Pienne. Waheshimiwa wote wanamsalimia. Mfalme na Bw. de Pienne wanacheka kwa nguvu.*]
Mfalme	[*Akionyesha mlango wa nyuma*]
	Eko ndani mule?
Bw. de Pienne	Ndio, mpenzi wa Triboulet.
Mfalme	Kweli nyinyi ni wapuuzi! Kumtorosha Bibi wa mtumishi wangu!
Bw. de Pienne	Mpenzi wake ao bibi yake.
Mfalme	[*Kwa peke*]
	Mpenzi ao mtoto wake! Sikujuwa kama Triboulet ana mtoto.

Bw. DE PIENNE	Mfalme, anataka kumuona?
MFALME	Hakika!

[Bwana de Pienne anatoka, anarudi punde kidogo akimkamatilia Blanche mwenyi kufunikwa na kutembea chopi. Mfalme anakaa starehe katika kiti chake.]

Bw. DE PIENNE	*[Kwa Blanche]*

Mpendwa, ingia. Utatetemeka ginsi utakavyo baadaye. Uko karibu ya Mfalme.

BLANCHE	*[Akizidi kufunikwa]*

Kijana huyu ndiye Mfalme! *[Anaenda kupiga magoti mbele ya Mfalme. Huyu anaposikia sauti ya Blanche anastuka na kuamuru watu wote watoke.]*

KIPINDI CHA PILI

[Akibaki peke na Blanche, Mfalme anafunua nguo inayomfunika]

MFALME	Blanche!
BLANCHE	Mungu wangu! Gaucher! Mahiet!
MFALME	*[Akicheka kwa nguvu]*

Hakika, kama ulikubali kuja ao hapana, ninafurahi kukuona. Mungu asifiwe! Blanche, mpenzi wangu, njoo mikononi mwangu.

BLANCHE	*[Akirudi nyuma]*

Mfalme, Mfalme, uniache. Sijuwi niseme nini tena, mheshimiwa. Bwana Gaucher Mahiet, hapana, kumbe uko Mfalme!

[Akipiga tena magoti]

Hata ukiwa nani, unihurumie.

MFALME	Blanche, nikuhurumie mimi ninayekupenda! Ile Gaucher alikuambia, mimi François ninaisema tena: unanipenda, na mimi ninakupenda. Heri kwetu. Kuwa Mfalme hakukatazi kupenda. Ulizani kama niko mtu wa kawaida, mwanafunzi ao pengine mtu wa chini zaidi. Kuwa Mfalme siyo sababu ya kunichukia kwa rafla. Si kosa langu kama siko maskini.
BLANCHE	[*Kwa peke na anacheka*]

Mungu wangu! Bora kufa. |
| MFALME | [*Akicheka zaidi tena*]

Shangwe, michezo na maneno matamu, tutakayoambiana magaribi katika bustani, furaha zote za usiku, ndio itakuwa maisha yetu, mimi na wewe. Siku moja tutazeeka, na maisha yasipoangaziwa na furaha zile yatakuwa maisha yasiyo kuwa na maana. |
| BLANCHE | Nilifikiri sana juu ya mambo yale. Ndio sababu tupendane, tufurahi na tufanye shangwe wakati huu. |
| BLANCHE | [*Akirudi nyuma kwa woga*]

Sikuzani kama hii ndio iliyokuwa nia yake! |
| MFALME | Ulifikiri kama niko mpenzi mpumbafu na mwoga anayezani kama inatosha kutoa machozi mbele ya wanawake kwa kupendwa nao. |
| BLANCHE | [*Akimsukuma*]

Uniache, masikini mimi! |
| MFALME | Oh! Unajuwa niko nani? Nchi hii, taifa hili, mamilioni ya watu hawa, utajiri, heshima, furaha, uwezo bila kipimo, yote ni kwa ajili yangu, yote ni yangu. Niko Mfalme. Utakuwa na uwezo juu ya mwenyezi. Blanche niko Mfalme; utakuwa malkia. |

BLANCHE	Malkia! Halafu bibi yako?
MFALME	[*Akicheka*]
	Mawazo ya kitoto: bibi yangu si mpenzi wangu. Unasikia?
BLANCHE	Niwe mpenzi wako! Siwezi. Haya gani?
MFALME	Kiburi!
BLANCHE	Hapana. Sina wako; niko wa baba yangu.
MFALME	Baba yako, kazi yake ni kunifurahisha. Baba yako ni mtumishi wangu, ninafanya naye ninavyotaka. Anafanya ninayomuamuru.
BLANCHE	[*Akilia kwa uchungu sana, kichwa mikononi!*]
	Mungu wangu! Vyote ni vyako, na pia baba yangu maskini!
	[*Anazidi kulia. Mfalme anamkumbatia kwa kumbembeleza*]
MFALME	[*Kwa sauti ya upole*]
	Ninakupenda. Usilie tena. Njo nikukumbatie.
BLANCHE	[*Akikataa*]
	Kamwe!
MFALME	[*Kwa mapendo*]
	Haujasema tena kama unanipenda.
BLANCHE	Inaisha.
MFALME	Nilikukosea, lakini haikuwa kusudi. Usilie kama yatima. Ningependa kufa, ningependa kuonekana mbele ya watu kama vile Mfalme mbaya kuliko kuona macho yako yanatoa machozi. Ni haya sana kwa Mfalme kumlilisha mwanamke.
BLANCHE	[*Akizidi kulia*]

Yote ni mizaha. Sivyo? Kama uko Mfalme, nina baba yangu. Ananilia. Uwaamuru watu wako wanirudishe kwake. Ninaishi karibu ya nyumba ya de Cossé. Unaijuwa vizuri.

Oh! Uko nani basi? Sisikii tena kitu. Sababu gani walinibeba katika kelele za shangwe! Yote hii imevurugika kichwani mwangu. [*Akilia.*]

Sijuwi kama ninakupenda tena. [*Akirudi nyuma kwa woga.*] Wewe niliyezania kuwa mpole. Wewe Mfalme, ninakuogopa.

MFALME

[*Akitaka kumkumbatia*]

Ninakuogopesha!

BLANCHE

[*Akimsukuma*]

Oh!, niache!

MFALME

[*Akimkumbatia kwa nguvu*]

Ni nini nasikia?

BLANCHE

[*Akijipigapiga*]

Hapana.

MFALME

[*Akicheka pembeni*]

Binti gani huyu!

BLANCHE

[*Akiponyoka mikononi mwa Mfalme*]

Niache! Mlango huu. [*Anaona mlango wa Mfalme uko wazi. Anajiingiza ndani na kuufunga kwa nguvu*]

MFALME

[*Anatosha ufunguo mdogo wa zahabu kunako mkaba wake*]

Niko na ufunguo wa ule mlango. [*Anafungua mlango akiusukuma kwa nguvu. Anaingia na kuufunga*]

MAROT

[*Anacheka akiangalia tangu punde kidogo mlango wa nyuma*]

Maskini! Anakimbilia chumbani mwa
Mfalme.

[*Akimwita Bw. de Gordes:*] He, bwana!

KIPINDI CHA TATU

Marot, tena Marafiki, kiisha Triboulet.

BW. DE GORDES	[*Kwa Marot*] Turudi?
MAROT	Simba anamsukuma kondoo katika pango lake.
BW. DE PARDAILLAN	[*Kwa furaha kubwa*]
	Maskini Triboulet! [*aliyebaki mlangoni macho nje*] Shii! Anafika.
BW. DE GORDES	[*Kwa waheshimiwa*] Kimya! Tuwe kama watu wasiojuwa kitu!
MAROT	Mabwana, ni mimi tu anayeweza kutambua. Alisumulia nami.
BW. DE PIENNE	Tusitambulishe kitu.

[*Triboulet anaingia. Hali yake ni ileile. Na
mavazi yake ni yale ya kufurahisha. Lakini
hachangamki. Bw. de Pienne akionekana
kuendelesha mazungumzo na kuwatupia
macho vijana ambao wanajizuia kucheka
wakimuona Triboulet.*]

Kweli, mabwana, ndio pale...

He, jambo Triboulet, wakatunga wimbo
huu:

[*Anaimba*]

Alipoona Marseille, Bourbon akawaambia
watu: Mungu! Ni kiongozi gani tutamkuta
mule!

TRIBOULET	*[Akiongeza wimbo]*
	Wote pamoja wakipulizia vidole vyao wakapanda mlima wa Coulombe. Njia ilikuwa nyembamba.
	[Cheko na mashangilio ya uongo]
WOTE	Vema kabisa.
TRIBOULET	*[Peke yake aliyesonga mbele polepole]*
	Eko wapi, mwanangu?
	[Anaanza tena kupiga mlunzu: wakapanda wote, wakipuliza vidole vyao]
Bw. DE GORDES	*[Akipiga mikono]*
	Ah! Triboulet, sifa kwako!
TRIBOULET	*[Akiangalia watu wote wanaocheka pembeni yake. Kwa peke]*
	Hakika, wote walisharikiana.
Bw. DE COSSÉ	*[Akipiga juu ya bega la Triboulet na kucheka kwa nguvu]*
TRIBOULET	Kuna habari?
TRIBOULET	*[Akimwonyesha Bw. de Cossé, anawaambia wengine:]*
	Cheko ya bwana huyu inaogopesha.
	[Akimwiga de Cossé]
TRIBOULET	Kuna habari?
Bw. DE COSSÉ	*[Akizidi kucheka]*
	Ndio. Unakuja kutuambia nini?
TRIBOULET	*[Akimuangalia toka juu mpaka chini]*
	Ya kwamba ukijifanya mwerevu, utazidi kuwa mpumbafu.

[*Wakati wa sehemu yote ya kipindi hiki, Triboulet anaonekana kutafuta kuchungua. Hali hii inatambulishwa zaidi na macho yake. Mara na mara akitambua kama haangaliwi, anavitia vitu mahali pengine, anapima mlango kama umefungwa. Zaidi ya hiyo, anazungumza na watu wote kama desturi yake katika hali ya kuchekelea na bila shuruli yoyote.*]

[*Kwa upande wao, marafiki wanacheka kati yao; wanajipigia alama, huku wakisumulia juu ya vitu mbalimbali.*]

TRIBOULET

[*Akiangalia pembeni. Peke yake*]

Nikiwauliza ni wapi walimficha, watanicheka. [*Akimkaribia Marot na hali ya kucheka*]

MAROT

Ninafurahi kuona kama usiku huu haukukuletea mafua.

MAROT

[*Akionekana kustuka*]

Usiku huu?

TRIBOULET

[*Akipiga jicho kwa werevu*]

Mzaha tulioufanya usiku ulinifurahisha sana

MAROT

Mzaha gani?

TRIBOULET

[*Akitigisa kichwa*]

Unausahau?

MAROT

[*Katika hali ya ukimya*]

Magaribi nililala mbele; niliamka tu jua ilipotoka.

TRIBOULET

Haukutoka usiku? Basi niliota! Anaona leso juu ya meza, anaibeba.

Bw. de Pardaillan	*[Anamwambia Bw. de Pienne kwa sauti ya chini]*
	Je, Bwana, kwa nini anaangalia alama ya leso yangu?
Triboulet	*[Akiangusha tena leso. Kwa peke. Hapana, si leso ya Blanche!]*
Bw. de Pienne	*[Kwa vijana wamoja wanaocheka nyuma]*
	Mabwana!
Triboulet	*[Kwa peke]* Ni wapi mwanangu anaweza kuwa!
Bw. de Pienne	*[Kwa Bw. de Gordes]*
	Ni nini mnacheka hivi?
Bw. de Gordes	*[Akimwonyesha Marot]*
	Ni yeye anatuchekesha.
Triboulet	*[Kwa peke]* Leo, ni wote wanafurahi.
Bw. de Gordes	*[Anamwambia Marot akicheka]*
	Usiniangalie kwa macho ya unafiki, ao nitamjulisha Triboulet siri yetu.
Triboulet	*[Kwa Bw. de Pienne]*
Mfalme	Hajaamka?
Bw. de Pienne	Bado
Triboulet	Kuna kelele katika chumba chake.
	[Anataka kukaribia mlango wa chumba, Bw. de Pienne anamzuia]
Bw. de Pardaillan	Usimwamshe, mheshimiwa!
Bw. de Gordes	*[Kwa Bw. de Pardaillan]*

MAROT	Mjanja, alituhadisia ya kama siku moja watu wawili wakitokea sijuwi wapi usiku na kurudi kwao, waliwakuta wake wao na wabwana wengine.
MAROT	Wakijificha.
TRIBOULET	Tabia za leo zimeharibika!
Bw. DE COSSÉ	Wanawake ni watoaji.
TRIBOULET	Cossé, fanya angalisho!
Bw. DE COSSÉ	Kwa nini?
TRIBOULET	Ninaona kama jambo moja la sikitiko litakufikia.
Bw. DE COSSÉ	Ni nini basi?
TRIBOULET	[Akimchekelea]
	Jambo kama lile la hadisi hii.
Bw. DE COSSÉ	[Kwa hasira] Hum!
TRIBOULET	Mabwana, mpumbafu na mjuvi huyu! Sikieni mlio wake anapokasirika:
	Hum!
	[Wote wanacheka. Kijana mmoja mtumishi wa malkia anaingia]
Bw. DE PIENNE	Ni nini, Vaudragon?
KIJANA	Malkia anataka kumuona Mfalme kwa shuruli moja ya haraka.
	[Bw. de Pienne anamjulisha kama haiwezekani; kijana huyu anarudilia tena ombi lake]
BIBI DE BRÈZE	Hana kwa Mfalme.
Bw. DE PIENNE	[Akionekana kusumbuliwa]

MFALME	Hajaamka.
KIJANA	Je! Bwana alikuwa nanyi sasa hivi.
Bw. DE PIENNE	[*Akizidi kukasirika anamtumia alama moja; kijana huyu hasikii. Lakini Triboulet anaifwata vizuri*]
MFALME	Eko katika mawindo.
KIJANA	Bila watumishi! Bila mwindaji! kwani wote weko hapa?
Bw. DE PIENNE	[*Kwa peke*] Hasikii!
	[*Akimjibu tena zaidi kijana huyu kwa hasira kali*]
	Tunakuambia, hausikii? Mfalme hapokei mtu sasa.
TRIBOULET	[*Kwa hasira kubwa*]
	Mwanangu eko hapa! Eko na Mfalme. [*Msangao kati ya marafiki*]
Bw. DE GORDES	Ni nini anayo? Anapatwa na wazimu? Binti wake!
TRIBOULET	Oh, mabwana! Mnajuwa ni nani ninamtafuta. Hakuna sababu ya kuniambia niende zangu. Bibi ambaye nyinyi wote: Cossé, Pienne na Satan, Brion, Montmorency...! maskini bibi, muliyemuiba jana kwangu.
	Na wewe pia Bwana de Pardaillan, ulikuwa mmoja wao. Bibi yule eko hapa na nitambeba, mabwana!
Bw. DE PIENNE	[*Akicheka*]
TRIBOULET	Alimpoteza mpenzi wake! Awe mzuri ao mbaya, amtafute mahali pengine.

TRIBOULET	[*Akiogopesha*]
	Ninamtaka mtoto wangu!
WOTE	[*Kwa mstuko*]
	Binti wake!
TRIBOULET	[*Akikunja mikono*]

Ni binti wangu! Ndio. Chekeni sasa. Ah! mnakuwa kimya! mnasangaa kuona kama kilema anaweza kuwa mzazi na kuwa na binti? Ikiwa kama mbwa na viongozi wana jamaa zao, kwa nini nikose kuwa na jamaa langu?

Basi, inatosha!

[*Kwa hasira*]

Kama mulifanya mzaha, ni vizuri sana; sasa inatosha. Ninamtaka binti wangu, mnasikia?

Ndio, mulifanya mzaha. Mnanongonezana na mnasumuliana na kunicheka. Mimi sina na lazima ya ziaka yenu, mabwana. Ninawaambieni: ninamtaka mtoto wangu.

[*Akijitupa kunako mlango wa chumba cha Mfalme*]

Eko hapa!

[*Marafiki wote wanajitia mlangoni na kumzuia.*]

MAROT	Hasira yake inamgeuza mwenyi wazimu.
TRIBOULET	[*Akirudi nyuma mwenyi kukata tamaa*]

Wabembelezaji, mashetani, kabila mbaya! Kumbe ni kweli, wezi hawa walininyanganya binti wangu.

Niliwaambia ya kama kwao mwanamke haheshimiwi. Kama, kwa bahati mbaya, Mfalme ni msharati, mabwana hawa, wakiwa na akili wanatumia mabibi zao. Kumheshimia bikira ni kupoteza wakati; bibi ni shamba linaloleta faida, zawadi inayotoka sijuwi wapi, cheo na vitu vingine vinavyoongezeka daima

[*Akiwaangalia wote mbele yao*]

Ni nani kati yenu anaweza kunibisha? Si kweli, mabwana, ya kama kwa kupata sifa, cheo ao zawadi nyingine, muko tayari kuuzisha anatoka kwa moja hadi kwa mwingine, kwa de Brion, wewe Brion, mke wako, kwa bw de Gordes, wewe, dada yako, kwa mtumishi kijana Pardaillan, wewe mama yako. Mtumishi moja anajipimia pombe kwenyi meza, anaikunywa akipiga mlunzu

[*Mlango wa chumba cha Mfalme unafungulika mara moja; Blanche anatoka bila kujitambua na katika hali ya ovyo. Anakimbilia mikononi mwa baba yake, akilia kwa hasira.*]

BLANCHE   Ah baba!

TRIBOULET   [*Akimkumbatia*]

Mwanangu!

Ni yeye mtoto wangu, mabwana. Mnaona? Yeye ndiye jamaa langu lote, malaika wangu! Akipotea ni kilio nyumbani kwangu.

Mabwana, si nilisema kweli? Si nilikuwa na haki ya kumlia mtoto mzuri na kama huyu? Je, anaweza kupotezwa bila kilio?

[*Kwa Blanche*]

Usiogope tena kitu; ilikuwa tu mzaha kwa kuchekesha. Bila shaka walikuogopesha, lakini ni wema, wanahakikisha ninavyokupenda Blanche, tokea leo hawawezi kukusumbua tena.

[*Kwa waheshimiwa*]

Sivyo?

[*Kwa Blanche, akimkumbatia*]

Heri gani ya kukuona tena? Furaha yangu ni kubwa mno kwa ginsi ninajiuliza kama si bahati ya kukupoteza kwa muda mfupi ili kukupata tena baadaye.

[*Akimuangalia kwa uzuni*]

Kwa nini unalia?

BLANCHE   [*Akijificha machozi na uso mikononi*]

Haya baba! Ole wetu!

TRIBOULET   [*Akistuka*]

Unasema nini?

BLANCHE   [*Akificha kichwa kwenyi kifuwa cha baba yake*]

Haya mbele yako, siyo mbele ya watu wote hawa.

TRIBOULET   [*Akiugeukia kwa hasira, mlango wa Mfalme*]

Mharibifu yule! Hata kwa mtoto wangu!

BLANCHE	[*Akilia na kumpigia magoti*]
	Tubaki peke yetu!
TRIBOULET	[*Akipiga hatua tatu na, kwa alama, akiwaondosha waheshimiwa katika mstuko*]
	Tokeni wote.
	Ikiwa kwa bahati mbaya Mfalme François anajaribu kupita karibu ya hapa.
	[*Kwa Bw. de Vermandois*]
	Wewe mlinzi wake, umwambie asiingie. Niko hapa.
BW. DE PIENNE	Hatujamuona bado mtu mwenyi wazimu kama huyu
BW. DE GORDES	[*Akimwomba atoke*]
	Kwa kumtuliza mwenyi wazimu, tukubali, lakini tufanye anagalisho kwa kuepuka msiba. Wanatoka.
TRIBOULET	[*Akikaa juu ya kiti cha Mfalme na kumnyangua binti wake*]
	Sema. Unifasirie yote.
	[*Anageuka na kumuona Bw. de Cossé aliyebaki; anasimama kidogo na kumuonyesha mlango*]
	Ulisikia nilivyosema, bwana?
BW. DE COSSÉ	[*Akitoka kwa mstuko na kwa uwezo wa Triboulet*]
	Watu wenyi wazimu wanawaza kama wana uwezo juu ya vitu vyote!
	[*Anatoka*]

KIPINDI CHA NNE

Blanche, Triboulet

TRIBOULET	Sema sasa!
BLANCHE	[*Uso chini, kilio kikiyazuia maneno kutoka*]
	Baba yangu, inafaa nikweleze kama jana alijiingiza nyumbani kwetu...
	[*Akilia macho mikononi.*] Ninasikia haya.
	[*Triboulet anamkumbatia kwa nguvu na kumpagusa machozi kwa mapendo*]
	Tangu siku nyingi, nilipashwa kukujulisha mambo haya. Alizoea kunifwata.
	[*Anakatikiza tena*]
	Nianze tangu mwanzo: hakuwa ananisemesha. Ninapashwa nikuambie kama kijana yule alizoea kwenda kanisani kila siku ya Mungu.
TRIBOULET	Ndio! Mfalme!
BLANCHE	[*Akiongeza*]
	Na kila mara, ninawaza, kwa kujionyesha alizoea kutigisa kiti changu akipita kanisani karibu yangu.
	[*Kwa sauti ndogo zaidi*]
	Jana, aliweza kujiingiza nyumbani.
TRIBOULET	Nikuepushe na haya ya kunifasiria yote, kwani ninaona yaliyokufikia.
	[*Anasimama*]

Pembeni ya mto Seine, chini ya St Germain. Hakuna mtu; kuume kijumba chenyi vyungu, vijiti. Kwa dirisha la gorofa ya kwanza, nayo ni ya ghala, kunaonekana kitanda. Ukuta wa mbele ni wenyi kutobokatoboka na unaonyesha ndani. Meza na ngazi ya kupandia kwenyi gorofa huonekana. Kuume kuna mlango, ukuta ni wenyi kutobokatoboka pia. Ndani ya mlango kuna dirisha ndogo. Na juu ya mlango kuna dari panapo kuwa alama ya hoteli.

KIPINDI CHA KWANZA

Triboulet, Blanche, nje, Saltabadil, ndani ya nyumba

> *[Wakati wote wa kipindi hiki, Triboulet anaonekana kuwa na wasiwasi na kuogopa kuonwa ao kuvumbuliwa. Mara kwa mara anaangalia pembeni yake, hasa kunako kijumba.]*

> *[Saltabadil akikaa ndani ya kijumba, pembeni ya meza, anaukurutakuruta mshipi wake bila kusikia yanayopita nje.]*

TRIBOULET	Na unampenda!
BLANCHE	Daima.
TRIBOULET	Si nilikuachia muda mrefu ili ujiponye kwa mapendo haya mabovu!
BLANCHE	Ninampenda.
TRIBOULET	Maskini, moyo wa kike! Fasiria basi sababu zako za kumpenda.
BLANCHE	Nashindwa.
TRIBOULET	Jambo hili halijasikilika. Ni la kusangaza.

BLANCHE	Hapana. Sivyo. Ndio sababu ile ninampendea. Mara moja moja, kuna watu wanaotuponya maisha. Kuna mabwana wanaotajirisha mabibi zao na kuwafanya watamaniwe. Basi, mabwana hao wanapendwa daima?
	Yeye hakunitendea kitu isipo kuwa tu mabaya. Lakini ninampenda, sijuwi sababu gani. Ni hivi ikiwa lazima, niko tayari kufa kwa ajili yake, yeye mtu mbaya ao kwa ajili yako, wewe uliye mwema.
TRIBOULET	Nakuhurumia, mwanangu.
BLANCHE	Unisikie, baba: ananipenda!
TRIBOULET	Sivyo, mjinga, we!
BLANCHE	Aliniambia hivyo, na aliapa mbele yangu! Tena anajuwa kusema vizuri na kwa urembo maneno ya mapendo yanayosisimua moyo. Na tena macho yake ni ya kubembeleza sana kwa wanawake. Ni Mfalme hodari, mwenyi sifa nzuri.
TRIBOULET	[Kwa hasira] Ni mdanganyifu! lakini huyu mkorofi aliyevunja heri yangu, hataishi pasipo kuazibiwa!
BLANCHE	Baba, si ulimuhurumia...
TRIBOULET	Yule mkorofi! Hapana. Nilikuwa na lazima ya wakati wa kumtayarishia mtego.
BLANCHE	Tangu mwezi moja - ninaogopa kusema – unaonekana kumpenda Mfalme.
TRIBOULET	Nilijionyesha hivyo. Lakini, Blanche, nitamlipiza kisasi.

BLANCHE	[*Akifumbatia mikono*]
BABA	Uniepushe na huo uchungu.
TRIBOULET	Akimtongoza bibi mwingine, utasikia wivu?
BLANCHE	Yeye? Hapana, simzanii kufanya vile.
TRIBOULET	Na ukimuona kwa macho yako mwenyewe. Na asipokupenda tena, utazidi kumpenda?
BLANCHE	Sijuwi. Ananipenda, ananiabudu. Ndivyo alivyoniambia jana.
TRIBOULET	[*Kwa uchungu*]
	Saa gani?
BLANCHE	Jana magaribi.
TRIBOULET	Kumbe angalia basi na tazama kama unataka kuona.
	[*Anamuonyesha ufa katika ukuta wa nyumba; anaangalia*]
BLANCHE	[*Kwa sauti ya chini*]
	Naona mtu moja tu
TRIBOULET	[*Akishusha pia sauti*]
	Angalia vizuri.
	[*Akivaa mavazi ya kiaskari, Mfalme anaingia ndani ya hoteli. Anapita kwa mlango unaofungukia katika chumba kingine.*]
BLANCHE	[*Akistuka*]
	Baba!
	[*Muda wa kipindi chote hiki, anaangalia katika ufa, akisikiliza yote inayopita ndani ya chumba, bila kufanya angalisho kwa mambo mengine.*]

KIPINDI CHA PILI

Walewale, Mfalme, Maguelone

[Mfalme anampiga Saltabadil juu ya bega. Huyu anageuka akiacha aliyokuwa akifanya]

MFALME	Ninataka, kwa haraka, vitu viwili.
SALTABADIL	Nini?
MFALME	Dada yako na kilauri cha pombe.
TRIBOULET	*[Nje]* Unaona tabia yake! japo ni Mfalme, kwa mapenzi ya Mungu anazoea kutembea peke yake fasi ya maovu. Na pombe inayomlewesha na kumsukuma zaidi, ni ile bibi malaya anayomwekea ndani ya kilauri.
MFALME	*[Akiimba ndani ya kilabu]*
	Mara na mara bibi anabadilika.
	Mpumbafu, mtu anayemwamini.
	Mara na mara, bibi ni kama manyoya katika upepo.
	[Saltabadil anaenda chumbani kuleta chupa na kilauri; anaweka mezani. Kiisha anagonga dari mara mbili kwa mpini wa upanga. Kwa alama hiyo binti mrembo na mfurahivu anashuka ngazi akirukaruka. Palepale anapoingia, Mfalme anataka kumkumbatia, lakini binti anamponyoka.]
MFALME	*[Kwa Saltabadil anayeongeza kukuruta mshipi]*
	Rafiki, mshipi wako utaangara zaidi ukitoka kuusafishia nje.
SALTABADIL	Nasikia.

[*Anasimama, anamsalimu Mfalme; anafungua mlango na kufunga kiisha kutoka. Nje, anamuona Triboulet na anamkaribia kwa kisiri. Wakati wanaposimulia, binti anamchokoza Mfalme; na Blanche anawaangalia kwa uchungu.*]

SALTABADIL

[*Akionyesha nyumba anamwambia Triboulet kwa sauti ya chini*]

Mtu wako yuko mikononi mwetu. Nimuuwe ao nimuache hai? Sema.

TRIBOULET

Rudi kiisha kidogo.

[*Triboulet anamuonyesha aende. Saltabadil anatoka polepole. Wakati ule, Mfalme anamchezeshachezesha binti; na huyu anamsukuma akichekacheka.*]

MAGUELONE

[*Mfalme akitaka kumkumbatia*]

Hapana

MFALME

Vizuri. Nilipokukaribia hapo mbele, ulinisukuma. Sasa kusema kwako: hapana! ni maendeleo, hatua kubwa kwangu.

[*Anazidi kukimbia*]

Tusimulie.

[*Binti anamjongea Mfalme*]

Sasa ni siku nane nilipoona, mara ya kwanza, kunako hoteli, macho yako marembo.

Nani alinipeleka kule? Nazani ni Triboulet; Na tangu siku hiyo, mtoto mrembo, ninakuabudu, ninakupenda wewe tu.

MAGUELONE	[*Akicheka*]
	Na wengine makumi mawili. Ebu bwana, uko mjanja kabisa kwa wanawake.
MFALME	[*Akicheka pia*]
	Kweli wengi walionipenda, waliteswa. Niko hakika mtu mbaya.
MAGUELONE	Kujisikia gani!
MFALME	Nakuhakikishia ya kama tangu asubuhi ile ulinileta katika msonge wako ambamo chakula ni kibaya, na pombe pia ni mbaya kama vile kaka yako asiyestahili kuwa karibu ya uzuri wako.
	Si kitu, ninakusudia kulala hapa.
MAGUELONE	[*Kwa peke*] Mpango wetu unafaulu
	[*Kwa Mfalme anayetaka kumkumbatia*]
	Uniache!
MFALME	Kelele gani!
MAGUELONE	Tulia!
MFALME	Sikia hekima, mashauri mema, mpenzi wangu. Tupendane, tufurahi, tufanye shangwe. Mawazo yangu ni sawa na ya Mfalme Sulemani.
MAGUELONE	Unaenda zaidi kunako kilabu kuliko kanisani
MFALME	[*Akimnyooshea mkono Maguelone*]
MAGUELONE	[*Akimponyoka*]
	Kesho!
MFALME	Ukitamka tena neno hilo, nitavunja meza. Bibi mzuri hapashwi kamwe kusema kesho.
MAGUELONE	[*Akikubali kuja kukaa juu ya meza, karibu ya Mfalme. Tusikilizane basi*]

MFALME	[*Akimshika mkono*]
	Mkono mzuri gani! ningependa kupigwa kofi na mkono wako kuliko kubembelezwa na mkono mwingine.
MAGUELONE	[*Akipendezwa*]
	Unanichekelea.
MFALME	Kamwe.
MAGUELONE	Siko mzuri.
MFALME	Sivyo. Sifu uzuri wako. Unanichoma. Haujuwi ya kama bibi mzuri akitupenda, mapendo yake yanatusukuma kama moto hadi kwenyi adui.
MAGUELONE	[*Akicheka*]
	Ulisoma maneno haya katika kitabu fulani!
MFALME	[*Peke yake*]
	Inawezekana.
	[*Kwa sauti ya juu*]
	Nikubusu mara moja.
MAGUELONE	Ebu! unalewa!
MFALME	[*Kicheko midomoni*]
	Kwa mapendo.
MAGUELONE	Unanidanganya kwa macho ya urembo.
	Bwana mfurahivu na asiye mwaminifu.
MFALME	Sivyo.
	[*Mfalme anambusu*]
MAGUELONE	Inatosha
MFALME	Sikia, ninataka kukuowa.
MAGUELONE	[*Akicheka*]
	Hakika?

MFALME	Binti wa kupendeza asiye na shuruli.
	[*Anamkalisha juu ya miguu yake akisumulia naye kwa sauti ya chini. Binti anacheka na kujiponya. Blanche hawezi tena kuvumilia anamgeukia Triboulet na uso wa uchungu.*]
TRIBOULET	[*Kiisha kumuangalia kimya kwa muda*]
	Sasa unawaza nini mwanangu juu ya kujilipiza kisasi?
BLANCHE	[*Akisitasita kusema*]
	Mkosa shukrani. Ananitoa. Mungu wangu, moyo wangu unavunjika; Ninaona alivyonidanganyadanganya.
	Kumbe mtu huyu, hana moyo. Anamwambia mwanamke huyu maneno yaleyale aliyoniambia.
	[*Akificha kichwa kifuwani mwa baba yake*]
	Na bibi huyu ni malaya tu, oh!
TRIBOULET	[*Kwa sauti ya chini*]
	Usilie. Uniache nikulipize kisasi.
BLANCHE	Ole wake! Fanya yote unayotaka.
TRIBOULET	Aksanti.
BLANCHE	Mungu wangu, unaniogopesha. Una nia gani?
TRIBOULET	Yote ni tayari. Usinishaurie tena. Utanikosea. Sikia: nenda kwangu, vaa nguo za kiume, panda farasi, chukua feza, hata kiasi gani. Na tangulia pale Evreux, nitakapokukuta.
	Nguo ziko ndani ya sanduku; nilizishonesha kwa jambo hili.
	Farasi yuko tayari. Nenda haraka na usirudi tena hapa, sababu kutatokea msiba mkubwa.

BLANCHE	Baba, twende wote pamoja.
TRIBOULET	Haiwezekani [*Anamkumbatia*]
BLANCHE	Ah! ninasikia woga.
TRIBOULET	Kwa kuonana!

[*Anamkumbatia tena. Blanche anatoka akiwa karibu kuanguka.*]

Fanya nilivyokuambia.

[*Muda wa kipindi hiki na kile kinafwata, Mfalme na Maguelone wakiwa peke yao wanazidi kuchezeshana na kusumulia kwa sauti ya chini na kucheka. Blanche alivyotoka, Triboulet anamuita Saltabadil. Usiku unaingia*]

KIPINDI CHA TATU

Triboulet, Saltabadil, nje; Mfalme, Maguelone, ndani ya nyumba.

TRIBOULET	[*Akihesabu feza.*]
	Unaniomba makumi mawili, beba kwanza kumi.
	[*Akiacha kwa muda kumpa feza*]
	Hakika atalala hapa usiku huu?
SALTABADIL	[*Kiisha kwenda kuangalia*]
	Mawingu yanafunga.
TRIBOULET	[*Kwa peke*]
	Nimesahau: hazoei kulala siku zote nyumbani kwake.
SALTABADIL	Usiwe na wasiwasi. Bado kidogo mvua itanyesha.
	Zaruba na dada yangu watamkawisha magaribi ya leo.

TRIBOULET	Nitarudi usiku kati.
SALTABADIL	Si lazima. Nina nguvu ya kuitupa peke yangu maiti yake mtoni.
TRIBOULET	Kamwe, ninataka kumtupa mtoni mimi mwenyewe.
SALTABADIL	Fanya unavyotaka. Nitakutolea maiti yake yenyi kushonwa katika gunia.
TRIBOULET	[*Akimpa feza*]
	Vema. Usiku kati, nitakuletea feza iliyosalia.
SALTABADIL	Yote itakuwa tayari. Ni nani jina la kijana huyu?
TRIBOULET	Jina lake? Unataka pia jina langu? Anaitwa maovu na mimi malipizi.
	[*Anatoka*]

KIPINDI CHA NNE

Walewale, pasipo Triboulet.

SALTABADIL	[*Aliyebaki peke yake; anatazama mbingu ambayo inafungwa na mawingu. Usiku unaingia. Radi inalia.*]
	Mvua inafika, inafunika karibu mji wote. Ni vizuri sana hakutakuwa watu pembeni ya mto.
	[*Akifikiri*]
	Nikifikiri vizuri juu ya jambo hili, kweli sisikii kitu.
	Watu hawa wana sababu nisiyoisikia. Basi si mambo yangu.
	[*Anaangalia wingu na kutigisa kichwa. Muda ule Mfalme anachezacheza na Maguelone.*]

MFALME	[*Akitaka kumkumbatia Maguelone*]
MAGUELONE	[*Akimponyoka*]
	Ngoja kidogo!
MFALME	Moyo mbaya gani!
MAGUELONE	[*Akiimba*]
	Uwa la mwezi wa nne halileti mvinyo.
MFALME	Angalia uzuri wa bega, mkono mweupe wa mpenzi wangu mkali!
	Ah, Mungu wangu! We uliyeumba mwili mrembo huu, we uliyeumba mikono mizuri hii, kwa nini kutia moyo mkali katika mwili wa kimalaika!
MAGUELONE	Ta ta ta ta!
	[*Akimsukuma Mfalme*]
	Hapana, kaka yangu anakuja.
	[*Saltabadil anaingia na kufunga mlango*]
MFALME	Si sababu!
	[*Muungurumo wa radi unasikilika mbali*]
MAGUELONE	Muungurumo wa radi.
SALTABADIL	Mvua inanyesha kwa wingi.
MFALME	[*Akimpiga Saltabadil kunako bega*]
	Si neno. Usiku huu ninapendezwa kulala chumbani mwako.
MAGUELONE	Ndivyo unavyotaka? Unakusudia kama Mfalme. Bwana, jamaa lako litakuwa na wasiswasi.
	[*Saltabadil anamkokota kwa mkono na kumsikilizisha kwa alama*]
MFALME	Sina bibi ao binti wa kunishurlikia.

SALTABADIL	[*Peke yake*]
	Bahati!
	[*Mvua inaanguka. Ni usiku*]
MFALME	[*Kwa Saltabadil*]
	Rafiki, utalala kunako zizi, nje, popote utakapotaka.
SALTABADIL	[*Akisalimu*]
	Aksanti.
MAGUELONE	[*Akiwasha taa anamwambia haraka Mfalme na kwa sauti ya chini:*]
	Nenda zako.
MFALME	[*Akicheka kwa sauti kubwa*]
	Inanyesha. Unataka nitoke wakati usio wa kumtupa hata mbwa nje?
	[*Anaenda kuangalia kunako dirisha*]
SALTABADIL	[*Kwa Maguelone akimwonyesha feza*]
	Mwache alale. Nimelipwa nusu ya feza; nusu ingine usiku kati.
	[*Kwa Mfalme na heshima*]
	Mheshimiwa! ni heri sana kwangu kukutolea chumba changu kwa usiku huu.
MFALME	[*Akicheka*]
	Chumba chako kina joto sawa katika mwezi wa saba, na baridi ya zeluji kama ile ya mwezi wakumi na mbili. Sivyo?
SALTABADIL	Unataka kukiangalia?
MFALME	Vema.
	[*Saltabadil anatwaa taa. Mfalme anaenda kumnongoneza Maguelone maneno sikioni.*

Kiisha Saltabadil akitangulia, wote wawili wanapanda kwenyi ngazi.]

MAGUELONE   *[Aliyebaki peke]*

Ole wake kijana!

[Akienda kunako dirisha]

Giza gani, Mungu wangu!

[Saltabadil na Mfalme wanaonekana kwa dirisha wakiwa ndani ya chumba cha juu.]

SALTABADIL   *[Kwa Mfalme]*

Bwana, hapa una kitanda, kiti na meza.

MFALME   Upana gani chumba chako?

[Anaangalia kitu kimoja kimoja: kitanda, meza, kiti]

Tatu, sita, kenda. Vizuri.

Bwana,vitu vyako viligombana kati yao kwani vinavunjikavunjika?

[Akikaribia kwenyi dirisha ambayo vioo ni vyenyi kuvunjika]

Tena kulala humu ni kama nje. Hakuna mlango, dirisha ni wazi. Upepo unaingia ginsi unavyotaka.

[Kwa Saltabadil aliyewasha taa juu ya meza]

Kwa heri.

SALTABADIL   Mungu akulinde.

[Anatoka, anafunga mlango na kushuka ngazi polepole]

MFALME   Peke yake akifungua mshipi.

Ah! ninachoka kweli!

Nipumzike kidogo kwa kumchunga mrembo.

*[Anaweka juu ya meza kofia na upanga;
anavua viatu na kujilaza kitandani]*

Ah, Maguelone, bibi mrembo, msemaji na
mjanja!

Anakaa.

Ninatumainia kama ameacha mlango wazi.
Ni vizuri.

*[Anajilaza tena, na baada kidogo anasinzia.
Wakati ule, Maguelone na Saltabadil
wako katika chumba cha chini. Mvua
kali inanyesha. Mara na mara radi
inaunguruma. Maguelone anashona karibu
ya meza. Saltabadil anakunywa polepole
kwa chupa ilioachwa na Mfalme. Wote
wawili wanakaa kimya wakifikiri.]*

MAGUELONE   Kijana huyu ni wa kupendeza.

SALTABADIL   Ni kweli. Na kwa sababu yake nina pesa
             makumi mawili mfukoni.

MAGUELONE   Ngapi?

SALTABADIL   Makumi mawili.

MAGUELONE   Anastahili bei kubwa zaidi.

SALTABADIL   Dadangu, panda utazame kama analala.
             Akiwa na upanga, uushushe.

             *[Maguelone anatii. Mvua inazidi; Blanche
             akivaa mavazi ya kiume anajongea kunako
             chumba wakati Saltabadil anazidi kunywa
             na Maguelone anamwangazia Mfalme
             aliyelala.]*

MAGUELONE   *[Kwa sauti ya uchungu]*

             Bahati mbaya gani?

             [Anatwaa upanga]

             Analala, maskini.

             [Anashuka kumletea kaka yake upanga.]

KIPINDI CHA TANO

Mfalme, mwenyi kulala, Saltabadil na Maguelone, ndani ya chumba cha chini, Blanche, nje.

BLANCHE   *[Akikaribia kwa hatua ya polepole. Radi na muungurumo wake kila wakati]*

Hakika msiba mkuu. Ah! Akili yangu inavurugika. Usiku huu atalala nyumbani humu. Kweli nitaona mambo ya kusangazisha. Baba, japo haupo tena hapa, unihurumie: sikukutii niliporudi hapa. Sikuweza kukaa pasipo kujuwa yatakayopita hapa.

[Akiikaribia nyumba]

Nini itafanyika hapa? Jambo hili litaisha namna gani? Zamani sikushurlika na maisha yangu, sikujuwa ulimwengu na magumu yake. Niliishi mwenyi kukingwa kama uwa. Na rafla natupwa ndani ya maovu: maisha yangu, heri, vyote vinaharibika.

Sasa ni kilio. Kumbe moto wa mapendo unaunguza vyote; na baada ya kupita kwake yanabaki majifu tu? Kumbe hanipendi tena!

[Akiinua kichwa]

Nilizani kusikia muungurumo mkubwa juu ya kichwa changu. Usiku mbaya. Zamani nilikuwa mwoga, lakini mwanamke asiyekuwa tena na kitumaini yuko tayari kwa kutenda yote.

[Akiona mwanga ndani ya nyumba]

Oh! nini inapita mle ndani?

[*Anakaribia, kiisha anarudi nyuma*]

Wakati niko hapa, moyo wangu unanipigapiga. Mungu wangu, kusiuwawe mtu.

[*Maguelone na Saltabadil wanaanza tena kusema ndani ya nyumba*]

SALTABADIL   Majira mabaya.

MAGUELONE   Mvua na muungurumo wa radi.

SALTABADIL   Ndio. Kuna ugomvi mbinguni. Moja anaunguruma, na mwingine analia.

BLANCHE   Baba akijuwa niko hapa!

MAGUELONE   Kaka yangu!

BLANCHE   [*Akistuka*]

               Nasikia sauti.

               [*Akitetemeka anakaribia kunako nyumba. Anatega masikio na kuangalia kwa ufa ndani ya nyumba*]

MAGUELONE   Kaka yangu!

SALTABADIL   Nini tena?

MAGUELONE   Unajuwa ninavyowaza?

SALTABADIL   Hapana.

MAGUELONE   Fikiri.

SALTABADIL   Nashindwa.

MAGUELONE   Kijana huyu anaonekana ni wa jamaa kubwa, mwenyi sifa, mwenyi maneno matamu na ananipenda. Analala kama vile mtoto mchanga. Tusimuuwe.

BLANCHE	*[Anayeona na kusikia yote]*
	Mungu wangu.
SALTABADIL	*[Akitosha gunia na jiwe kubwa kwenye sanduku, anampa gunia.]*
	[Maguelone akimshurtisha. Unishonee haraka gunia hili.]
MAGUELONE	Kwa sababu gani?
SALTABADIL	Kwa kutia ndani jiwe hili na mpenzi wako nitakapomuuwa, mbele ya kumtupa kwenyi mtoni.
MAGUELONE	Lakini...
SALTABADIL	Usijiingize katika mambo haya.
MAGUELONE	Uki...
SALTABADIL	Nikikusikiliza, sitauwa mtu. Shona gunia.
BLANCHE	Ni watu gani hawa? Ni mashetani wa motoni ninaoangalia.
MAGUELONE	*[Akianza kushona gunia]*
	Nakubali, lakini tufikiri pamoja.
SALTABADIL	Vizuri.
MAGUELONE	Una chuki kwa mtu huyu?
SALTABADIL	Mimi? Hapana. Yeye ni askari. Ninapenda watu wenyi silaha, kwani mimi pia nina silaha.
MAGUELONE	Kumuuwa kijana mzuri, mwenyi kujulikana kwa ajili ya mtu mwenyi kilema, mwenyi kukunjama!

SALTABADIL	Siyo shuruli yangu. Mtu wa kilema alinipa nusu ya feza ili nimuuwe kijana huyu mzuri. Atanipa nusu ingine atakapoona maiti. Tumtolee maiti. Unaelewa?
MAGUELONE	Umuuwe basi yule kilema atakapokuletea feza. Ni namna moja.
BLANCHE	Ole wake baba!
MAGUELONE	Tunasikilizana?
SALTABADIL	[*Akimwangalia Maguelone macho kwa macho*]
	Dada, unanilinganisha na nani? Mimi si mwizi ili nimuuwe mtu aliyenilipa.
MAGUELONE	[*Akilionyesha fungo la kuni*]
	Basi tia kuni hii ndani ya mfuko. Katika giza atazani ni maiti ya mtu wake.
SALTABADIL	Ginsi gani atawaza kama kuni ni maiti? Kuni inakauka, ni yenyi kunyooka; si teketeke kama mwili.
BLANCHE	Mvua hii inaleta baridi sana.
MAGUELONE	Umsikilie huruma!
SALTABADIL	Acha mzaha.
MAGUELONE	Kaka yangu mwema.
SALTABADIL	Sema polepole. Inafaa auwawe. Kimya basi.
MAGUELONE	Sikubali. Nitamwamsha na kumtorosha.
BLANCHE	Moyo mwema.
SALTABADIL	Na feza iliyosalia?

MAGUELONE	Ah! ni, kweli!
SALTABADIL	Basi usiniuzi. Niache nifanye kazi yangu, dadangu.
MAGUELONE	Hapana! Ninataka kumwokoa.
	[Maguelone anasimama mbele ya ngazi ili kumzuia kaka yake. Saltabadil akishindwa kupita, anarudi nyuma kutafuta namna ya kufanya.]
SALTABADIL	Vema. Kilema atafika usiku kati. Ikiwa, mbele ya kufika kwake, mtu mwingine, msafiri ao haizuru nani, anapiga hodi mlangoni kwa kutafuta mahali pa kulala, nitamshika, nitamuuwa na kumtia pahali pa rafiki yako.
	Katika giza, kilema hatatambua kitu. Nia yake ni kutupa maiti fulani mtoni. Ni ile tu ninaweza kufanya kwa ajili yako.
MAGUELONE	Aksanti. Lakini nani atapita hapa wakati huu?
SALTABADIL	Ndio ginsi moja tu ya kumuokoa mtu wako.
MAGUELONE	Wakati kama huu?
BLANCHE	Mungu wangu, unanishawishi. Unataka niuwawe pahali pa mtu asiye kuwa na shukrani? Hapana! Ningali bado kijana. Usinisukume. Mungu wangu.
	[Muungurumo wa radi.]
MAGUELONE	Kweli mtu hata moja akifika usiku kama huu, ninaapa kushotea bahari nzima katika kitunga changu.

SALTABADIL	Hakuna mtu anayekuja. Mpenzi wako ni kuuwawa.
BLANCHE	[*Akitetemeka*]

Ole! ole! Niwaite walinzi. Ni bure, wote wanalala. Na tena mtu huyu atamtoa baba yangu. Na mimi sipendi kufa nina mapashwa mengi ya kutimiza: kumtunza babangu. Kufa na umri wa myaka kumi na sita! Siwezi kuvumilia maumivu ya kuchomwa kisu kifuwani.

[*Saa inagonga mara moja*]

SALTABADIL	Dadangu, saa inalia.

Saa inagonga mara mbili.

Ni saa sita kasorobo. Hakutafika mtu mbele ya saa sita. Unasikia hatua nje? Inabakia robo saa kwa kutimiza kazi yangu.

[*Anataka kupanda kwa ngazi. Maguelone anamshika akilia.*]

MAGUELONE	Kaka yangu, ngoja bado kidogo.
BLANCHE	Je, bibi huyu analia sababu yake! Na mimi ninayeweza kumuokoa sifanyi kitu. Basi japo hanipendi tena, sina budi ila kufa kwa ajili yake.

[*Bado akisita*]

Ninaogopa, lakini si neno.

SALTABADIL	[*Kwa Maguelone*] Haiwezekani nizidi kungoja.
BLANCHE	Ningejuwa wanavyouwana, singeteswa.

	Mungu wangu! Kujeruhiwa usoni, kichwani.
SALTABADIL	[*Akijaribu kumponyoka Maguelone anayemzuia*]
	Nifanye je sasa? Unazani kutafika mtu wa kumkomboa?
BLANCHE	[*Akitetemeka kwa mvua*]
	Baridi gani!
	[*Akienda kunako mlango*]
	Twende basi.
	[*Akisimama*]
	Kuuwawa katika baridi kama hii.
	[*Anajikokotea hadi kwenyi mlango na kuugonga polepole.*]
MAGUELONE	Mtu anagonga kunako mlango.
SALTABADIL	Ni upepo unaosukuma dari. Blanche anagonga tena.
MAGUELONE	Mtu anagonga. [*Anakimbilia kufungua dirisha na kuangalia nje.*]
SALTABADIL	He! ni maajabu! Ni nani pale?
MAGUELONE	[*Kwa Blanche*] We, ni nini pale? [*Kwa Saltabadil*] Kijana mwanaume.
BLANCHE	Ninatafuta fasi kwa kulala.
SALTABADIL	Atalala milele.
MAGUELONE	Hakika usiku utakuwa mrefu kwake.
BLANCHE	Mnifungulie!

SALTABADIL	*[Kwa Maguelone]*
	Ngoja we. Unipe kisu nikinowe. *[Anampa kisu. Naye anakinowa.]*
BLANCHE	Mungu wangu, ninawasikia wakinoa kisu pamoja.
MAGUELONE	Kijana maskini, anagonga mlango wa kaburi lake.
BLANCHE	Ninasikia woga. Kweli ndio kufa kwangu! *[Akipiga magoti.]*
	Mungu utakayenipokelea, uwahurumie wale walionitendea mabaya. Baba, na we Mungu wangu, muhurumie Mfalme François wa kwanza ninayempenda japo hastahili. Na huruma pia kwa muuwaji anayeningoja, kisu chake tayari. Ninatolea maisha yangu kwa mkosefu wa shukrani. Awe na heri, anisahau ili aishi muda mrefu katika raha isiyopunguka.
	[Akisimama.]
	Sasa muuwaji yuko tayari.
	[Anagonga tena kwenyi mlango.]
MAGUELONE	*[kwa Saltabadil]*
	He! haraka, atachoka.
SALTABADIL	*[Akipima kisu kwenyi meza]*
	Ngoja nijifiche nyuma ya mlango.
BLANCHE	Ninasikia yote anayosema.

[*Saltabadil anasimama nyuma ya mlango kwa ginsi utakapofunguka umfiche kwa yule anayeingia, lakini usimfiche kwa waangalizi*]

MAGUELONE   Ninangoja uniarifu.

SALTABADIL   [*Nyuma ya mlango, kisu mkononi*]

Fungua sasa!

MAGUELONE   [*Akimfungulia Blanche*]

Karibu.

BLANCHE   [*Kwa peke*] Mungu wangu, nitaumizwa vikali.

[*Akirudi nyuma.*]

MAGUELONE   Ebu, sababu gani unasita?

BLANCHE   [*Kwa peke*] Dada anamsaidia kaka yake. Uwahurumie, Mungu wangu. Baba yangu unihurumie. [*Wakati anaingia, Saltabadil anainua mkono mwenyi kushika kisu. Pazia inafungika*]

TRIBOULET

SEHEMU YA TANO

Nyumba ya Saltabadil ni yenyi kufungwa kabisa. Hakuna mwanga ndani. Kuna giza popote.

KIPINDI CHA KWANZA

[Triboulet, akijifunika busti. Anakaribia kutoka nyuma. Mara na mara radi na muungurumo wake.]

TRIBOULET	*[Peke yake]* Ilifanyika nilivyotaka. Sasa nitajilipiza kisasi. Tangu mwezi moja ninangoja, ninavizia. Mimi mfurahishaji, nilifichika taabu yangu na machozi katika kicheko. Ah! furaha gani kujilipiza kisasi.
	Ninazani ni kwa mlango huu wataniletea maiti yake. Si wakati bado, lakini ndio hapa. Nitangoja nikiangalia mlango. Nayo pia ni furaha.
	[Muungurumo wa radi]
	Majira mabaya. Usiku wa hofu. Zaruba mbinguni, mauwaji duniani. Wakati huu niko jitu. Moto wa hasira yangu unafanana na hasira ya Mungu. Nitamuuwa Mfalme mkuu ambaye anawaongoza wafalme wengine. Vita na amani viko mikononi mwake. Anabeba dunia nzima. Wakati hatakuwapo tena, wote wataanguka. Mkono wangu utakapoondoa kizingiti,

Ulaya nzima itatetemeka na kutafuta kiongozi mwingine. Kesho, Mungu atakapouliza dunia: ni mlima gani wa moto unaripuka, nani anawaogopesha Wakristu na Waislamu? Ni Clementi wa saba, Doria, Karolo wa tano, Sulemani? Ni Kaizari, ni Yesu, ni jemadari, ni mtu gani anayesukuma taifa moja juu ya lingine?

Na kwa woga, dunia itajibu: ni Triboulet!

Oh! furaha gani, kisasi changu kinatetemesha ulimwengu!

[*Katika myungurumo ya radi, saa inagonga: usiku kati. Triboulet anatega masikio.*]

Usiku kati!

[*Anajiharikisha mpaka kunako nyumba na kugonga mlangoni.*]

Sauti ndani ya nyumba.

Ni nani mlangoni?

Triboulet	Mimi.
Sauti	Vizuri. [*Sehemu ya chini ya mlango inafunguka.*]
Triboulet	Haraka!
Sauti	Usiingie.

[*Saltabadil anatokea pale akitambaa na kukokota kitu kimoja kizito kirefu, kama mzigo. Hana taa na ndani ya nyumba hamuna mwanga.*]

KIPINDI CHA PILI

Triboulet, Saltabadil.

SALTABADIL	Ouf! ni mzito. Unisaidie, bwana, kwa kitambo kidogo.
	[*Triboulet, kwa furaha, anamsaidia kukokota mbele gunia linaloonekana kuwa na maiti ndani.*]
	Mtu wako yuko ndani ya gunia.
TRIBOULET	Furaha gani! Leta taa nimwangalie.
SALTABADIL	Kweli, sitaki!
TRIBOULET	Unaogopa; nani atakayetuona?
SALTABADIL	Waaskari, walinzi. Tunafanya makelele sana. Tusiongeze taa.
TRIBOULET	[*Akimpa feza*]
	Pokea!
	[*Wakati Saltabadil anahesabu feza, Triboulet anachungua gunia lililozlazwa chini.*]
	Kumbe chuki inaweza kuzaa furaha!
SALTABADIL	Nikusaidie kumtupa katika mtoni?
TRIBOULET	Nitaweza peke yangu.
SALTABADIL	[*Akizidi kumuomba*]
	Itafanyika haraka tukiwa wawili.
TRIBOULET	Adui unayemzika kaburini si mzito.
SALTABADIL	Unataka kusema mtoni? Ebu, bwana, fanya unayopenda.
	[*Akienda karibu na mto.*]
	Usimtupe hapa, hakuna uketo.
	[*Akimwonyesha pahali pengine.*]

Hapa pana kilindi. Ujiharikishe. Kwa heri.

[Anarudi nyumbani na kufunga mlango.]

KIPINDI CHA TATU

Triboulet

TRIBOULET

[Peke yake akiangalia gunia]

Yuko ndani! Maiti! Lakini ningependa kumwona. *[Akipapasa gunia.]*

Si neno, ni yeye hakika. Viatu vyake vinatoboa gunia. Ni yeye bila shaka!

[Akisimama na kuukanyaga mfuko.]

Ulimwengu! sasa uniangalie. Mimi ni mfurahishaji maskini, huyu ni Mfalme. Lakini si Mfalme wowote. Yeye ni wa kwanza wa wafalme wote, yeye ni Mfalme mkuu. Sasa yuko chini ya miguu yangu; nimemnasa. Mto ndio kaburi lake, gunia ndio sanda. Nani alifanya hivyo?

[Akifumbatia mikono.]

Mimi! Mimi peke yangu. Kweli sijasadiki ushindi wangu. Na watu hawatasadiki. Siku zijazo, watasangaa jambo hili. Mungu anayetuweka hapa duniani na kutuondoa! Kweli! Mheshimiwa huyu kati ya waheshimiwa, François wa Valois, mshindaji wa vita ambaye hatua zake hutetemesha ukuta. Mshindaji wa Marignan ambaye alivisukuma vitani vikosi vyake usiku mzima kwa mvumo. Yeye ambaye usiku ulipokucha alishinda adui, silaha yake yenyi damu mkononi. Mfalme huyu ambaye sifa ilisambaa

ulimwenguni kote. Mungu, angalia alivyopotea rafla akibebwa mara katika ushindi wake, na jina lake, na sifa yake na wale wote wanaomsifu.

Alibebwa kama mtoto mchanga katika zaruba, alibebwa na mtu asiyejulikana. Mimi! Watu wake, cheo chake sasa ni upepo tu. Mfalme huyu aliyeangara asubuhi, anafifia, anazimia, anateketea hewani. Anapotea kama radi hizi. Labda kesho, watumishi wataenda kila mji, watatangaza, watahaidia kumpa zahabu mtu atakayempata François wa kwanza aliyepotea.

[Kiisha kimya.]

Furaha gani, maskini binti wangu, uliyekosewa. Mfalme anaazibiwa. Ninakulipiza kisasi. Nilitafuta damu yake, feza kidogo inanipatia.

[Kwa hasira anainamia maiti.]

Bado unanisikia? Mwanangu aliye na bei kuliko cheo chako, mwanangu ambaye hakumtendea mtu yeyote mabaya, ulimrudisha kwangu katika haya na uchungu. Vita kati yako wewe mwenyi nguvu na mimi mzaifu, ni mzaifu aliyeishinda. Aliyebusu miguu yako anatafuna moyo wako. Nimekunasa.

[Akiinama zaidi na zaidi juu ya gunia.]

Unanisikia Mfalme mheshimiwa? Ni mimi mjinga, mimi aliye chini ya watu wote, mimi nyama uliyezoea kuita mbwa.

[Anapiga maiti.]

Kisasi kinapokuwa ndani mwetu, hata moyo uliyolala unaamka. Mzaifu anapata nguvu, mwoga anakuwa hodari, mtumwa anaonyesha chuki yake na mjinga anakuwa muuwaji.

[*Anainuka kidogo*]

Ah! ningependa anisikie tena, bila kutigisika.

[*Anainama tena.*]

Unanisikia? Ninakuchukia. Nenda chini ya mto uone kama maji yatakupandisha.

[*Anasimama.*]

Nenda mtoni, François wa kwanza.

[*Anakokotea gunia pembeni ya mto. Wakati ule mlango unafunguka kwa utaratibu. Maguelone anatoka na kuangalia huku na kule. Hasipoona mtu, anaingia na kutoka tena akisindikizwa na Mfalme. Anamwonyesha kwamba hakuna hatari na anaweza kwenda. Mfalme anajiendeza akifwata upande uliomwonyesha Maguelone. Triboulet anajitayarisha kusukuma gunia mtoni.*]

TRIBOULET   [*Mkono juu ya gunia*]

Twende.

MFALME   [*Akiimba*]

Bibi kila mara anabadilika; mjinga peke anayemsadikia.

TRIBOULET   [*Akistuka.*]

Ile sauti! Je, usiku unanivuruga kichwa?

[*Anageuka na kutega masikio. Mfalme amekwenda, lakini wimbo wake unasikilika kwa mbali.*]

Sauti ya Mfalme.

Bibi kila mara anabadilika; mjinga peke anayemsadikia.

TRIBOULET

Ole wangu! Hii siyo maiti yake. Mtu moja alimkinga na wanamkimbiza. Walinidanganya.

[Akikimbilia kwenye nyumba. Dirisha la juu ni wazi.]

MRUGARUGA

Akitafuta ginsi ya kupanda.

Dirisha liko juu mno.

[Akirudi kwa hasira kunako gunia.]

Basi maskini gani aliwekwa ndani pahali pake? Naogopa kujuwa...

[Akigusa gunia.]

Hakika ni maiti ya mtu.

[Anapasua gunia toka juu mpaka chini na anaangalia kwa hofu.]

Sioni sababu ya giza.

[Akipigwa na wasiwasi.]

Je hakuna mtu njiani! Hakuna mtu nyumbani! Hakuna taa linaloangazia!

[Anaegemea maiti]

Ningoje umeme.

[Anaangalia gunia lililomfunua kidogo Blanche]

KIPINDI CHA NNE

Triboulet, Blanche

TRIBOULET

[Mwanga wa radi. Triboulet anasimama na kurudi nyuma akitupa mlio wa uchungu.]

Mungu wangu, mwanangu, mwanangu! Mbingu na dunia, kumbe ni mwanangu!

[Akipapasa mkono wake.]

Mungu wangu! Mkono wangu unalowana. Ni damu ya nani? Mwanangu sielewi. Haiwezekani. Ninaona mzimu. Kwani mwanangu alienda, alinitangulia. Yupo sasa njiani akielekea Evreux!

[Akipiga magoti karibu ya maiti, macho mbinguni.]

Mungu wangu! Ni ndoto mbaya tu, sivyo? kwani unamlinda mtoto wangu mikononi mwako. Si yeye aliye hapa.

[Mwanga wa radi unaangaza uso wa Blanche mwenyi kufunga macho.]

Hakika ni yeye!

[Akijitupa juu ya maiti na kulia]

Binti wangu, mwanangu unijibu. Sema, wamekuuwa! Ah! warugaruga! Hakuna mtu hapa ila jamaa la wauwaji! Unisumulishe!

BLANCHE

[Akiamshwa na vigelegele vya baba yake, anafungua macho na kusema kwa sauti ndogo sana.]

Ni nani anayeniita?

TRIBOULET	[*Kwa furaha.*] Anasema! Anatigisika! Moyo wake unapiga, macho yanafunguka, aksanti Mungu, ni mzima.
BLANCHE	[*Anainuka. Mavazi yake ni yenyi damu. Nyele zinasambaa. Gunia linaficha chini ya mwili wake. Niko wapi?*]
TRIBOULET	[*Akimwinua mikononi.*] Mwanangu, we mali yangu yote duniani, unanisikia? Unatambua sauti yangu, sivyo?
BLANCHE	Babangu...
TRIBOULET	Blanche, walikutendea nini? Sababu gani upo hapa? Sielewi. Uko na kidonda, ninaogopa usiumwe nikikugusa. Ongoza mkono wangu.
BLANCHE	[*Kwa sauti ya kusitasita*] Kisu kiliingia... hakika... ndani ya moyo... nilikisikia.
TRIBOULET	Nani alikuchoma kisu?
BLANCHE	Ah! yote ni kosa langu. Nilikudanganya. Nilimpenda mno, ninakufa kwa ajili yake.
TRIBOULET	Balaa isiyo na huruma! Mungu ananiazibu. Kisasi kinamwangukia mtoto wangu. Namna gani walimvuta? Unifasirie mtoto wangu.
BLANCHE	[*Karibu kufa*] Sina tena nguvu ya kusema.
TRIBOULET	[*Akimbusu*]

Unihurumie. Lakini, nikupoteze pasipo kujuwa? Oh! kichwa chako kinaanguka.

BLANCHE

[*Akijaribu kupinduka*]

Unipindue!... Nakosa pumzi!

TRIBOULET

[*Akimwinua polepole*]

Blanche! Blanche! usife!...

[*Akigeuka akikata kitumaini*]

Msaada! Hakuna mtu? Hakuna mtu hapa? Mtoto wangu anakufa bila msaada? Ah! kuna kengele kwenyi ukuta karibu na mto. Ngoja basi kidogo mwanangu, nikuletee maji, nipige kengele, kuomba msaada.

[*Blanche anamjulisha kama ni bure tu.*]

Unakataa? Lakini ni lazima. [*Akiita bila kumuacha.*] Hakuna mtu? [*Kimya popote. Nyumba katika giza nayo ni kimya.*] Nyumba hii ni kimya kama kaburi. [*Blanche anazimia.*] Usife, mwanangu, mali yangu, kidege changu. Blanche, ukifa sitakuwa na kitu tena. Nakusihi, usife!

BLANCHE

Oh!...

TRIBOULET

Siweki mkono wangu vizuri? Unakuzuru? Ngoja nikae namna nyingine. Unasikia vizuri? Ninakusihi, uzidi kuishi hadi mtu afike kutusaidia. Hakuna msaada hata moja?

BLANCHE

[*Kwa sauti ndogo sana*]

Baba, unihurumie...Kwa heri. [*Anaangusha kichwa*]

TRIBOULET

[*Akisambaza nywele zake*]

Blanche!... Anakufa!

[*Anakimbilia kunako kengele na kupiga kwa nguvu*]

Msaada! Wauwaji! Moto!

[*Akirudia kunako kuwa Blanche*]

Ujaribu kuniambia neno moja, neno moja tu. Kwa huruma, sema!

[*Akijaribu kumwinuwa*]

Sababu gani unalala ukikunjama? Myaka kumi na sita, bado ungali mtoto mno! Sisadiki kama unakufa, Blanche, sababu gani unamwacha baba yako hivi? Sababu gani hawezi tena kukusikia? Sababu?

[*Wakiitwa kwa kelele, watu wanaingia wakibeba myenge.*] Sababu gani Mungu asiye na huruma alikutuma kwangu? Sababu gani hakukubeba sijakujuwa, sijaona wema wa roho yako? Sababu gani haukufa ungali mchanga, wenzako walipokuumiza katika michezo; mwanangu! mwanangu!

KIPINDI CHA TANO

Walewale

BIBI MMOJA   Maneno yake yananivunja moyo.

TRIBOULET   [*Akipinduka*]

Ah! ni sasa tu mnafika; ni nyuma mno.

[*Akimshika mtu moja anayebeba fimbo. Ni mwongozi wa gari.*]

Uko na farasi ao na gari?

Mwongozi.

Ndio! he, kwa nini unanisukumasukuma?

TRIBOULET   Kweli? Uniweke kichwa chini ya gurudumu.

Anarudi kujitupa tena juu ya maiti ya Blanche

Mwanangu!

[*Mtu mmoja*]

Ni mauwaji. Baba mzazi anakata kitumaini. Tuwatenganishe.

[*Wanajaribu kumkokota Triboulet anayejipigapiga.*]

Niacheni nizidi kumtazama. Niliwakosea nini, kwani mnataka kututenganisha. Siwajuwi. Mnisikilize.

[*Kwa bibi mmoja.*] Ah! Bibi, unalia: uko na moyo mwema. Uwaambie wasiniondoe hapa.

[*Bibi anawaomboleza Triboulet anarudi pembeni ya Blanche.*]

TRIBOULET   [*Akipiga magoti*]

Nipige magoti, mimi mlaaniwa, na nife pembeni yake.

[*Bibi yule*]

Tulizana.　　　Ukizidi　　　kulalamika,
watakuondoa.

TRIBOULET

[*Kwa uchungu mkubwa*]

Hapana! Hapana! Niacheni.

Akimkumbatia Blanche.

Hapumui tena, ana lazima yangu. Nendeni
haraka kutafuta msaada. Mwacheni
mikononi mwangu, nitakaa kimya.

Anambeba na kumtengeneza kama mama
anavyomtengeneza mtoto mchanga.

Hakufa hapana! Mungu hatakubali.
Kwani anajuwa kama sina ndugu
mwingine ila yeye. Ukiwa na kilema,
watu hawakupendi. Wote wanakukimbia.
Hakuna anayeshurlika na mateso yako.
Lakini yeye ananipenda. Yeye ni furaha na
msaada wangu. Watu wanapomchekelea
baba yake, analia. Yeye mzuri, kufa hivi!
Hapana! Nipeni nguo nipanguse uso wake.

[*Anapangusa uso wake.*]

Midomo yake ingali bado joto. Ah!
mungalimuona mtoto huyu na myaka
miwili, na nyele zake nyeusi. Kwani
alikuwa na nyele nyeusi kabisa. Oh! mtoto
wangu, Blanche! raha yangu, mwanangu,
mwanangu mpendwa. Alipokuwa mchanga,
nilizoea kumbeba hivi. Alizoea kunilalia
kama hivi. Malaika wangu. Alipokuwa
akiamka hakuwa anaogopa kilema changu.
Macho yake yalifurahiwa kuniona. Nami

nilizoea kumbusu mikononi mwake.
Kondoo maskini. Hakufa hapana: analala,
anapumzika. Mbele kidogo, niliogopa,
lakini amestuka. Ninangoja. Bado kidogo,
mtaona, atafungua macho. Mnaona, niko
na akili yangu yote. Niko mtaratibu na
mpole, simkosei mtu. Basi kwa kuwa
sifanyi kitu kibaya, niacheni nimwangalie
mwanangu.

[*Anamwangalia*]

Uso wake ni laini, hauonyeshi mateso ya
zamani. Mikono yangu inaipatia kivukuto
mikono yake. Sikieni, muiguseni!

[*Mganga mmoja anaingia.*]

[*Bibi yule, kwa Triboulet*]

Mganga.

TRIBOULET	[*Kwa mganga anayekaribia*]
	Umwangalie, sitaleta kizuio. Alizimia tu, sivyo?
MGANGA	[*Akimchungua Blanche*]
	Amekufa!
	[*Triboulet anasimama rafla.*]
TRIBOULET	Nimemuuwa mtoto wangu! Nimemuuwa mtoto wangu!
	[*Anaanguka chini.*]
	Mwisho

Kanuni kwa Kuishi Maisha ya Kisasa*

Jean-Luc LAGARCE

* Tafsiri hii imetunukiwa, mnamo mwaka wa 2009, na AIF Tuzo la kimataifa Prix
Kadima kuhusu maendelezo ya lugha za Kiafrika.

Maisha ya binadamu, kutokana na fikra ya Jean-Luc LAGARCE, inatungwa na nyakati kubwa nne: *kuzaliwa, kubatizwa, ndoa* (ikitanguliwa na uchumba) na mwisho wake, *kifo.*

Kwa kila wakati, jamii ya kisasa imepanga kanuni wazi zinazopashwa kuheshimiwa na binadamu. Kutozitimiza, hata kwa sababu gani, kunamaanisha kutoenda na wakati, yaani kupitwa na wakati wa sasa.

Nyakati hizi zinagawanyika katika sehemu mbili, kufwatana na kiwango cha kuhusika binadamu. Katika sehemu ya kwanza, mhusika anatimiza, moja kwa moja, kanuni hizi na kuonyesha, hivi, ya kama anazielewa na kuishi kweli maisha ya kisasa. Ni kwa mfano, katika uchumba na ndoa. Hali ni tofauti katika kuzaliwa, kubatizwa na kifo ambamo mhusika hafanyi lolote binafsi, bali anatendewa yote na jamii: wazazi,ndugu,marafiki, majirani wake ao haidhuru na nani.

Kanuni hizi ambazo, kwa upande moja, zinatungwa na mambo madogomadogo, na wa pili mambo makubwa, yanafundisha, kwa mfano, ya kwamba, serkali na kanisa wanapashwa, kila mara, kujulishwa matokeo yale. Na hii, baada ya kupashwa kulipa gharama fulani.

Kando na sharti la ulipaji wa gharama, kila wakati una kanuni nyingine za kutekelezwa; katika kuzaliwa: heshima ya muda wa kujulisha tukio hili mbele ya ofisi ya serkali; kuhusu ubatizo ni, kama vile, uchaguzi wa baba ao mama wa ubatizo, ule wa majina ya ubatizo, nafasi na ginsi baba na mama wa ubatizo wanapashwa kusimama wakati wa ibada; na baadaye, mapashwa ya watoto wa ubatizo kwa baba na mama wa kiroho. Vilevile, kwa upande wa uchumba na ndoa, ni sherti kujua kutenda matendo kama haya: kuchagua mpatanishi wa wachumba, aina za zawadi za kutolea. Kama kwa ubatizo, serkali na kanisa wanahusishwa katika ndoa. Hapa tena wanaofunga ndoa wanapashwa kuheshimu kanuni: ginsi gani kutembea, kukaa, kujibu kwa maulizo wakati wa ibada mbele ya mwakilishi wa serkali ao wa kanisa, kupiga dansi wakati wa sherehe, kusaini mapatano ya ndoa katika kitabu.

Ziko pia, mwisho wake, kanuni za kufwata kuhusu kifo: kama kwa ndoa, aina na rangi za mavazi ya pekee ya kuvaa, muda wa kutia kilio, heshima za mwisho kwa marehemu; maisha ya baadaye ya mjane, ikiwa kama anatamani kuoa ao kuolewa tena.

Na ni kila mara namna hii, maisha yanapashwa kuendeshwa, kizazi moja hadi kingine, katika kuheshimu kanuni hizi.

KANUNI KWA KUISHI MAISHA YA KISASA

BIBI MMOJA: Mtoto akizaliwa mwenye kufa, ikiwa kama amezaliwa mwenye kufa, inafaa lakini, ijapo ile, kujulisha kuzaliwa kwake, kujulisha kuzaliwa kwake na kufa kwake, na tena daktari atapashwa kuhakikisha kama kifo kimetangulia kuzaliwa.

Ni namna hii mambo yanaanza.

Mtoto akizaliwa mzima, ikiwa kama amezaliwa mzima kama ni mzima.

Hii inatukia mara nyingine. Mtoto akizaliwa mzima, kuzaliwa kwake kunapashwa kujulishwa kunako ofisi ya serkali ya mahali pale mama alimzaa. Kujulisha huku kunapashwa kufanyiwa mnamo siku tatu kisha mama kujifungua; kupita muda huo, itakuwa ni nyuma mno, cheti cha kuzaliwa kitapatikana tu kwa matatizo mengi, gharama kubwa na tena, si ya kupuuza, baada ya kulipa adhabu zenye kupangiwa na sheria.

Mapashwa haya ya kumjulisha mtoto kunako ofisi ya serkali, mapashwa haya ni ya baba mzazi. Ni yeye anayehusika nayo. Ikiwa kama baba mzazi hawezi kufika mbele ya ofisi hii ao hakumpatia mtu mwingine ruhusa ya kufanya hivyo, ikiwa kama ni mgonjwa ao hayuko, inaweza kufikiriwa, ao ameishafariki, inawezekana, kujulisha huku kutafanyiwa na daktari ao na mama mzalishaji, na wale waliomsaidia kuzaa ao na mtu yeyote mshuhuda wa uzazi huu ao tena, sijui, na haidhuru nani.

Wakati watoto wanazaliwa mapacha, kunapozaliwa mapacha, ikiwa kama watoto wanazaliwa mapacha, na wote wawili ni wazima, inapashwa, itapashwa, inapashwa kujulisha namba ya kuzaliwa kwao juu ya kujua mtoto gani ni wa kwanza, nani ni mtoto wa kwanza, ni nani wa kwanza.

Ikiwa kama baba mzazi, mara hii tena, kwa watoto mapacha, na hasa zaidi kwa watoto mapacha waliozaliwa wazima, neno kamili; ikiwa kama baba mzazi hawezi kufika kunako ofisi ya serkali ya mji ao hakumpatia mtu mwingine ruhusa ya kufanya hivyo, ikiwa kama ni mgonjwa ao hayuko, inaweza kufikiriwa ao ameishafariki, inawezekana, kujulisha huku kunafanyiwa na daktari ao na mama mzalishaji, ao na wote wawili, ao na mtu yeyote mshuhuda wa uzazi huu ao, sijui, na haidhuru nani.

Ikiwa kama mtu fulani angemwogota mtoto mmoja mchanga, hivi, sijui, haidhuru wapi, katika barabara Mtakatifu *Vincent de Paul*, angepashwa kujulisha palepale, hata kama mtoto huyu angalizaliwa mwenye kufa, na hasa zaidi angelizaliwa mzima ao pacha, ni kufwatana na njia ileile, hakuna nyingine.

Wakati wa kujulisha kuzaliwa, mtoto anaonyeshwa kunako ofisi ya serikali ili mwakilishi wa serkali aweze kutambua jinsia yake, kutambua kama ni mwanamme ao mwanamke, na kinyume chake.

Kuhusu jambo hili, hakuna ziaka.

Kwa kupata cheti cha kuzaliwa katika masharti yanayostahili-uraia wa Kifaransa, uwezo wa kutia mkono juu ya cheti, hii ni wazi, makao katika mtaa moja wa nafasi pale cheti kinaandikwa, kwa kujulisha kuzaliwa, kumjulisha mtoto, msaada wa washuhuda wawili ni wa lazima, ni lazima kuwe washuhuda wawili. Ni hivyo tangu zamani, itaendelea kuwa hivyo tena kwa muda mrefu.

Kwa desturi, mtoto mwanamme wa kwanza anapewa kama baba wa ubatizo babu yake wa upande wa baba, kama mama wa ubatizo bibi yake wa upande wa baba. Na hivihivi, katika majamaa mawili, kwa kufwata ngazi ya umri na, ikiwezekana, kwa kubadilisha jinsia. Si kugumu.

Lakini, tukitaka kufikiri vizuri, na niko hapa kwa hiyo, desturi mbovu-siwezi kusema ginsi nyingine, na ninaeleza sababu gani: baba na mama wa ubatizo ni, na walikuwa siku zote, watu wa kuchukua nafasi ya baba na mama wazazi, siyo kitu kingine. Ikiwa ni wazee ginsi, bila shaka, inaweza kuhofiwa na kufikiriwa kwa wababu na wabibi, mtoto anaweza kuwapoteza haraka na, kwa sababu hiyo, kupoteza tena tegemeo lile wangelitaka kumpatia.

Basi ni vema, itakuwa vema, hili ni lengo la fikra yangu, kuchagua baba na mama wa ubatizo watu watakaomsaidia mtoto baadaye.

Hii, ginsi mshairi *Victor Hugo* aliandika, ni njia ya kuweza kuendelesha maisha.

Hivi basi, ni vema kuwachagua baba na mama wa ubatizo vijana wenye nguvu, matumaini marefu ya maisha, kuongeza mara mbili zawadi za kutoka kwa wakambo wenye kuachwa peke na kuepuka hivi vilio vya kuudhi.

Ni namna hii mambo yanaendelea.

Inawezekana pia, si wazo baya, ni hesabu nzuri, inawezekana pia kutaka, kutakia, inawezekana kuwatakia watoto mategemeo nje ya jamaa, ambako, ikiwa tunafikiri vizuri, wameisha kutolewa kimaumbile msaada na ulinzi .

Basi ni vema kuwa na mategemeo na machaguzi mengine ya nje yenye faida na nguvu zaidi kwa kuwachagua watu wengine kama baba na mama wa ubatizo wa mtoto; tulifikirie jambo hili .

Katika hali hii, tunapashwa tena, kuhusu kusudio hili, tutapashwa, tunapashwa tena kupeleleza tangu mwanzo uwezo wa marafiki ao walinzi na wakubwa ambao wanaweza kumfaidia mtoto wakishughulika naye kama mtoto wao wa ubatizo.

Watu wengi wanachukia, kwani kweli ni kuchukia na siyo neno lingine, watu wengi wanachukia kutimiza masharti ya vitu na ya kiroho ya baba na mama wa ubatizo; na inapashwa kupeleleza, watu watapeleleza juu ya jambo hili, kwa kutumia werevu sana na hekima.

Kwani, kwa kusema kifupi juu ya jambo hili, tunapashwa kukubali ya kama ni mtindo wa kodi inayolipwa namna hii kwa nguvu, itakayolipwa namna hii; ni kodi na siyo kitu kingine. Kuwazia kama ni kitu kingine ni alama tu ya uongo, ya upuuzi na unafiki.

Ni hivi, kwa kuepuka kufedheheshwa na kukataliwa, jambo lisilopendeza kamwe, lisilopendeza na la aibu; vilevile, inafaa kuepuka kuwasumbua watu wenye adabu mno na waangalifu sana kwa kuwafanya washindwe kukataa kuchaguliwa, lakini kwa kuwa ni wazembe mno ao maskini sana hawangaliweza kugharamia, bila wasisumbuliwe, malipo ao mapashwa yanayolazimishwa kutokana na kazi ya ubaba ao umama wa ubatizo.

Watu wengine matajiri hawana watoto. Watu hawa wanaonekana kuweza kuchukua, baadaye, nafasi ya wazazi waliofariki. Ni kwa watu hawa inafaa kuelekeza maombi yenu.

Inafaa basi kujua kama ni vizuri kufikiri wakati huu, na hata katika nyakati zote, inafaaa kujua kama ni vizuri kufikiri na kuepuka kuomba msaada kama huu bila kufikiri. Hii ni lengo la fikra yangu.

Ikiwa kama, kwa upande mwingine, ungeliombwa kuwa baba wa ubatizo; kwa kuwa baba wa ubatizo, na ikiwa kama ungelitaka kukataa ombi hili pamoja na matatizo yanayoambatana nalo, kwani kweli ni matatizo na siyo kitu kingine, unaweza, ungaliweza, kujibu, kwa mfano, hii ni njia moja ya ujanja, ya kama wakati wa ibada ile ya ubatizo, itakubidi kufunga safari na, katika sikitiko yako kubwa, safari hii itapashwa kuchukua siku nyingi.

"Mnamo wakati mke wako atajifungua, sitakuwepo kwa muda mrefu ya kutosha".

Ni namna hii mambo yanatendeka.

Kisha mambo kutengenezwa na kukubaliwa, upande wa mama kama vile ule wa baba wa ubatizo, wanawakutanisha ikiwa kama hawajafahamiana bado.

Baba mzazi wa mtoto anamuonyesha baba wa ubatizo kwa mama wa ubatizo siku nane mbele ya ibada. Wanakutana na kuonana.

Ni lazima kusema kwamba bibi na bwana wakiwa wenye kupatana vizuri, ni vema pia iwe hivyo kwa baba na mama wa ubatizo, maana yake wawe na tabia na maadibisho moja ?

Vilevile, ni lazima kusema, wakati huu kama wakati mwingine, na hata katika nyakati zote, kila mara, wakati huu kama wakati mwingine na kwa hiyo, kwa wakati huu, ya kwamba ni vizuri kuwe upatanisho na kama, kwa kueleza vizuri fikra yangu, upatanisho mzuri ni njia sawa na bora ya kuweza kuepuka vizuri sana magumu yanayotukabili katika maisha?

Wakati mtu atakayekuwa baba wa ubatizo anajulishwa kuchaguliwa kwake na wazazi juu ya kumsimamia mtoto wao katika ubatizo, anawapigia asante 'kwa heshima waliyomfanyizia', (ao anaondoka kwa haraka safarini, ginsi tulivyoeleza hapo juu).

Kwa upande wake, mama wa ubatizo aliyechaguliwa, anawapigia vilevile asante, kwa haraka, wale waliompatia mtoto wa kiroho; anamkubali pia, kwa heshima, baba wa ubatizo aliyepewa. Ikiwa kama mama wa ubatizo ni binti ao bibi mmoja kijana sana, inafaa kuwe mtu mwingine wakati baba wa ubatizo anaenda kumtembelea na wakati huyu anakuja kumbeba mama wa ubatizo; na anapokuja kumchukua, njiani kutoka nyumbani kwake mpaka kwa wazazi wa mtoto wa kubatizwa, ni sherti vilevile mtu huyu mwingine awe pale.

Na kuhusu tena jambo hili, hakuna mzaha.

Jina la kwanza la ubatizo linachaguliwa na mama, la pili na baba wa ubatizo, la tatu na mama yake mzazi.

Lakini, baba wa ubatizo, kwa upande wake, atawaachia kila mara kazi hii ya kuchagua majina ya ubatizo baba, mama mzazi na mama wa ubatizo.

Majina ya ubatizo, ninarudia tena, majina ya ubatizo yanachaguliwa, basi, na baba, mama mzazi na mama wa ubatizo.

Jina la kwanza linachaguliwa na mama wa ubatizo, basi la pili na baba na mama wazazi, la tatu na mama mzazi.

Si kugumu.

Majina ya ubatizo hayapashwi kuchaguliwa nje ya yale sheria inaruhusu kutumia; hii inapunguza uzito wa matatizo; lakini pia, kuna watu, watu hawa wapo kweli, watu ambao hawana na fikira ya kupata majina ya ubatizo; hawa wanaweza kuangalia katika orodha ya majina na kuepuka hivi, kwa ufundi, kutambulisha ujinga wao.

Ikiwa kama nyinyi baba na mama wa ubatizo, mnataka- lakini tukumbuke vizuri kama baba wa ubatizo aliisha, kwa werevu, kumtulia mzigo wa kuchagua jina la ubatizo mama mzazi wa mtoto – ikiwa kama nyinyi baba na mama wa ubatizo mnataka kuzidisha ugumu wa kuchagua jina la ubatizo na kutafuta ulinganisho kati ya jina mnalolichagua na maarifa ao nyakati fulani kwa jumla, mnaweza, kwa mfano, kukumbuka ya kwamba Georges maana yake 'mlimaji'; Victor: 'mshindi'; Maximilien: 'mtu mkubwa zaidi'; Philippe: 'mpenda farasi'; Bernard: 'mwindaji wa dubu'; Louis: 'mwenye ujuzi kwa wanaume'; Maurice: 'mtoto wa Mmagrebi'; Gustave: 'tegemeo la Mungu'; Sophie: 'mwenye hekima tele'; Marguerite: 'ushanga'; Lucie: 'mwangaza'; na Thérèse, ninaachia hapa, Thérèse: 'anayejua kufuga wanyama wakali'.

Inaweza kuonekana kama kazi ngumu kujulishwa asili hizi za majina ya ubatizo, inaweza kuonekana kama ni kazi ngumu, na kwa jumla zaidi, kama ni kazi ngumu ya kujulishwa kila mara kitu, na kwa hiyo asili za majina, lakini inafaa kufikiria vizuri jambo hili. Na niko hapa kwa sababu hiyo; inafaa kufikiria vizuri ya kama ni vema, wakati huu na katika nyakati zote, nimeisha kusema hapo juu, ni vema kujulishwa asili za majina sababu ya kuepuka kumpatia mtoto jina la *Maximilien* yule ambaye wazazi wake ni wadogo na angeweza kufanana nao, ao jina la *Maurice* ikiwa kama kuna hofu ya kwamba mama yake mzazi alijifunza mno katika masomo ya dansi ambako walimu walikuwa machotara.

Mnafurahi, mnafanya ziaka na, bila kujua, mnajitumbukiza katika aibu.

Ni, kila mara, namna hii mambo yanaendelea.

Lakini, ikiwa kama mnayo tabia ya kupenda mambo mapya, tufikirie jambo hili, mnaweza kuangalia katika kalenda ya majina ya ubatizo. Mtapata ndani mwake majina ya kweli kabisa ya watakatifu wanaume kama wanawake ambayo yatawaletea heshima kwa ujuzi na maadibisho yenu.

Kwa mtoto mwanamme, kwa mfano, haya ni majina yanaweza kupendeza :

Theopempto, Prisquo, Canuto, Tepesphori, Hygeni, Tigri, Micheo, Popponi, Remido, Seneta, Austruclino, Coluberno, Verecondi, Carpophori, Peleo, Secondulo, Carpo, Acydino, Geriberno, Satyro, Ajuto, Cyrio, Avauquo, Outrilli, Metrophani, Hesyquo, Syndulpho, Scrufairi, Euprepico, Eutichieno, Verulo, Oursi, Amatori, Curcodèmo;

Na kwa mtoto mwanamke

Syncletita, Monorata, Claphyra, Faina, Faticuna, Macrina, Prisqua, Wereburga, Rictuda, Poda, Potamienna, Symphorosa, Primitiva, Grinconia, Grotida, Ghelidoina, Brictula, Folioula,

Milburga, Herenia, Nymphodora, Quartilla, Bourgondfora, Godeberta, Ngratia, Perseveranca, Mutiola, Myropa, Syngoulèna, Scrybiola, Matrona, Aphiodisa ao Cascentienna.

Mnaweza kuchagua katika daftari hii ya majina ya watakatifu wanaume na wanawake. Daftari hii ni ya kweli. Mkimpatia mtoto wenu wa ubatizo moja kati ya majina haya, mtakuwa yakini ya kufurahisha jamaa lake na kumletea heri na furaha kwa muda wake wa majifunzo na vilevile furaha katika mafunzo yake ya kijeshi.

Ikiwa kama kuna wasiwasi juu ya afya ya mtoto, ao kama angeliweza kufa ao kuwa karibu ya kufa, inafaa kungoja kupona kabisa kwa mama mbele ya kufanya ubatizo.

Asubuhi ya siku ya ubatizo (*ao mkesha wake*), asubuhi ya siku ya ubatizo, baba wa ubatizo anamtumia mama wa ubatizo vibweta na gunia za vidonge, shada la mauwa, mapambo kidogokidogo ao, pahali pa vitu hivi, anamtumia glavu katika kisanduku.

Anamtumia, kwa wakati uleule, mama mzazi wa mtoto wake wa ubatizo vibweta vya vidonge; huyu anagawa sehemu moja kwa marafiki wake wanawake ambao hawapashwi kutumainia kitu chochote kutoka kwa baba ao mama wa ubatizo. Ikiwa kama baba wa ubatizo ni mtu anayependa sifa—na tukikumbuka vizuri, ni kwa sababu hii, katika hekima, alichaguliwa—anatuma pia vibweta vya switi kwa ndugu wake wale wanao uhusiano mzuri na jamaa na kwa marafiki wa karibu.

Ni kufwatana na ufundi wake wa kupamba vibweta hivi, watu wanaweza kutambua kama ni katika kiwango gani baba wa ubatizo anapenda sanaa za kisasa.

Baba wa ubatizo anapashwa tena kumtolea zawadi mtoto wake wa ubatizo. Zawadi hii ni chombo kimoja cha dhahabu ao cha fedha. Kwa desturi, anaweza kumtolea sufuria ndogo, sahani na kijiko ambako kumechorwa herufi zake za kwanza, herufi za kwanza za jina la mtoto wa ubatizo; vyombo hivi ni vya fedha ao fedha yenye kufunikwa kwa dhahabu kidogo, ao kimoja tu kati ya vitu hivi, ao sanamu ndogo ya kuchezesha ao tena kitu kingine, kufwatana na uwezo wake kifedha.

Mama wa ubatizo, yeye, anamtolea mtoto wake wa ubatizo, siku kidogo mbele ya ibada, kanzu na kofia atakazovaa siku ya ubatizo. Ikiwa kama mtoto ni mwanamke, anamtolea vitu vidogovidogo vya kujipamba ili, mapema sana, kumpatia moyo wa kujifanya maridadi na, ikiwa lazima, moyo wa kupamba maisha yake. Kama anataka, kama anaweza, anaongeza juu ya zawadi hizi, nguo kwa kufunika kitanda, na kama ni mfundi, yote hii akiishona kwa mikono yake mwenyewe.

Wakati wa ibada, baba na mama wa ubatizo wanasimama, wa kwanza kuume, wa pili kushoto kwa mwanamke anayembeba mtoto; wanajibu pamoja kwa maulizo tofauti ya padri na kusema sala za Kusadiki na Baba yetu (*katika kifaransa*) wanapoombwa kufanya hivyo. Wakati wa kumfukuza shetani, wananyoosha pamoja na padri juu ya kichwa cha mtoto, kila mmoja, mkono wake mtupu wa kuume. Wanautia tena juu ya mtoto wakati huyu anamwagiwa maji ya baraka; wanauondosha tu kisha maneno matakatifu kutamkwa na padri.

Mwisho wake, wanapokea, katika mkono wa kuume, kila mara, mshumaa wenye kuwaka, ambao wanapashwa, ni wazi, kurudisha baada ya padri kumbarikia mtoto.

Baba na mama wa ubatizo wanaweza kuwakilishwa katika ibada ya ubatizo. Ni kwepesi.

Kisha kutia mkono katika kitabu cha ubatizo, baba wa ubatizo anapashwa tena, na itakuwa kwake karibu mwisho, kutia mezani kiasi cha fedha itakayopatiwa mpigaji kengele na waimbaji. Fedha hii inakunjwa ndani ya kartasi nyeupe. Na wakati wa kutoka kanisani, baba wa ubatizo anatoa tena, na hapa inapashwa kuwa mara ya mwisho kwake, zawadi kubwa ya kutosha kwa watumishi wa nyumbani, ikiwa kama wako, kwa mama mzalishaji, kwa mama mlishi, na kadhalika na, sijui, kwa haidhuru nani. Fedha hii inatiwa katika gunia mnamo kuwa vidonge; inatosha kuitafutatafuta ndani kwa utaratibu. Vibweta na gunia ni vya rangi ya buluu kwa mtoto mwanamme, rangi ya waridi kwa mwanamke; hizi ni alama wazi na zenye nguvu.

Inaonekana vizuri kwamba haifai kumlazimisha mtu cheo hiki cha ubaba wa ubatizo. Tuligusia jambo hili hapo juu, tunalihakikishia tena hapa. Na kwa sababu zilezile kama hapo mwanzo, mtu ambaye maisha yake ni mabovu, wapo kweli watu kama hawa, hawezi kujiruhusu kutaka kumsimamia mtoto kwa ubatizo. Labda wazazi wa mtoto hawangaliweza kumkatalia mtu kama huyu nia hii, huku wakiwa na woga wa kuona masharti ya ubaba wa ubatizo kutimizwa kwa uchache mno kufwatana na mapendeleo yao na pia kuona kama sababu zao kubwa za kumchagua mtu kama huyu hazipatiwi malipo sawasawa.

Ubatizo ni kila mara wakati wa kusherehekea, isipokuwa katika nyakati za pekee za uchungu: kifo cha mtoto, inawezekana, kifo cha mama, inaweza kufikiriwa.

Iwe nzuri sana ao ya kadiri, baba wa ubatizo anapashwa kujua ya kwamba sherehe hii inagharamiwa siku zote na baba mzazi wa mtoto. Watumishi wanaume wanapashwa, siku ile, kuvaa mavazi yao ya shangwe. Wasaidizi wote wanapashwa kujipamba vizuri. Ni karamu ambayo—mara nyingi-inawakusanya waalikwa wengi.

Baba na mama wa ubatizo wanatendewa nafasi ile kama mashujaa, kwani kweli ni mashujaa. Wanakalishwa mmoja karibu ya mwingine kunako meza ya wenyeji wa nyumba. Karamu ni kubwa; labda ni vema kujulisha ya kwamba ukubwa wake unafwatana na uwezo kifedha.Vidonge, hapa tena, vinatolewa wakati wa kitindamlo.

Ikiwa kama wenyeji ni matajiri, hawawasahu, siku ile ya heri, maskini na wale wasiyo na ginsi. Wanawatumia watoto maskini vidonge na chakula kilichosalia mezani.

Ikiwa kama wenyeji ni maskini, hawafanyi matendo kama haya; ni hivi na kwa namna hii tofauti inaonekana.

Kisha, katika myaka inayofwata, baba na mama wa ubatizo wanapashwa kushughulika na mtoto aliyebatizwa. Siku ya Mwaka Mpya, siku ya kupata kwake komunyo ya kwanza, siku ya kufunga ndoa, anapofaulu katika jambo fulani : kumaliza masomo ya sekondari, kupata shahada ya daktari, cheo katika jeshi, baba na mama wa ubatizo wanapashwa kumtolea zawadi, kufwatana na uwezo wao kifedha. Isipokuwa kama haiwezekani, kwa sababu ya kifo, inawezekana, wanapashwa kila mara kuonana naye, kumshauria, kumwongoza na, ikiwa lazima, kumkaripia.

Kwa upande wake, mtoto wa ubatizo, anawaandikia ao anatimiza moja kwa moja mwenyewe mapashwa yake kwa baba na mama wa ubatizo siku ya Mwaka Mpya, mara moja na inatosha.

Tukiwatia kando wamemba wa jamaa lake la karibu: baba, mama, kaka na dada, ni kwanza kwa baba na mama wa ubatizo mtoto wa ubatizo anapeleka habari ya kukomunika kwake mara ya kwanza, kufunga ndoa, na kuwaomba kuhudhuria katika sherehe hizi. Anawajulisha kufaulu kwake katika jambo fulani na pia matokeo makubwa yanayomfikia katika maisha; na akitumia utaratibu, anaweza, kupata zawadi ya kutosha kutokana na hali yake hii ya adabu na yenye nguvu.

Na kisha, ni namna hii mambo yanaendelea.

Mtoto aliyebatizwa, mtoto wa ubatizo tuliyemzungumzia hapo juu, amekuwa mkubwa, amegeuka kijana mwanamme.

Anamvumbua binti mmoja kijana, anamwona mwenyewe anaonyeshwa, anawaza kama anampenda. Anatamani kumpata kama bibi, kumuoa, kuoana naye na kuzaa naye watoto, lakini hawezi kwa mara moja kumwomba waoane. Anawafungulia wazazi wake nia yake ao, kama hawapo, inaweza kufikiriwa, ao wameishafariki, inawezekana -wasipokuwako, rafiki mmoja mkubwa, mlinzi wake, mkubwa mmoja ao tena: baba na mama wake wa ubatizo.

Vitu, maisha, vitu vinafwatana kwa ufundi ginsi ifwatayo : mtu aliyetolewa siri ya kijana mwanamme huyu–rafiki, mkubwa, baba wa ubatizo, sijui, haidhuru nani–mtu aliyejulishwa siri hii anajiunga na rafiki mmoja mkubwa wa jamaa la yule binti ili kutayarisha mkutano mmoja wa maana sana kati ya vijana hawa wawili; mkutano huo utawawezesha kujua kama mpango wa kuoana unaweza kuendelea ao hapana.

Lakini, mbele ya kuanza mambo ya ndoa, kwani kweli ni mambo, tusijifiche ukweli huu: wapatanishi wanapashwa kutafuta maelezo mazuri na ya kuaminika kuhusu utajiri, tabaka, kizazi na urithi katika majamaa yote mawili yenye kuhusika, kwani kweli ni majamaa haya mawili yanayohusika.

Ni baada tu ya kupata uhakikisho kama kuna ulinganifu katika shughuli zote tunataja hapo juu, inawezekana kutayarisha mkutano wa mwisho. Hakika, haifai kisha kukutana na kupendana, vijana hawa wawili waone ndoto zao zinapeperushwa na upepo wa magumu ambayo hayakufikiriwa kwanza, kutokana na hali ya mmoja kati yao.

Basi wanaooesha wana lazima ya hekima kubwa katika msaada wao; wanapashwa kufikiri vizuri mbele ya kuanzisha mazungumzo, kwani hapa pia ni mazungumzo kweli na siyo kitu kingine, ambamo kiburi cha kila upande kinapashwa tu kulindwa katika kiasi fulani. Siwezi, zaidi ya haya, kueleza mengi na kwa undani fikra yangu isipokuwa tu kuomba hasa kufungua macho juu ya vilema vyenye kujificha : viwe vya kifedha ao vya kizazi.

Ni, mara nyingi, wakati wa dansi rasmi, na mara nyingine kunako jumba la michezo ya kuigiza, kunakofanyika mkutano huu unaotakiwa: kijana mwanamme anayetaka kuoa anaenda kumtembelea mama wa kijana mwanamke katika kijumba chake, akisingizia kutaka kumsindikiza mtu mmoja, rafiki yao wa pamoja. Huyu, kwa ufundi, anamjulisha kijana anayetaka kuchumbia kwa mama wa binti.

Baada yake—kijana huyu anayetaka kuoa akisha kuondoka —mama wa binti anamsukuma mtoto wake atambue kwa, sijui nini, haidhuru kitu gani, maneno fulani juu ya tabia yake, hali ya mwili wake, na kadhalika na kuangalia palepale kama mrithi wake wa kike atapatwa na wazo gani juu ya kijana huyu; kusema kweli ni mrithi wake, na siyo kitu kingine.

Inaweza tena kuwa vizuri na nguvu zaidi na ufundi, ikiwa kama marafiki wa pamoja wanawakutanisha vijana hawa wawili wakati wa chakula cha kirafiki sana kitakachoandaliwa kwa shabaha hii, lakini ambako, bila shaka, watapashwa kushiriki, si lazima kueleza zaidi, wazazi wa binti. Hakika, itaonekana vibaya, ninafikiri, kama binti anashiriki peke kwenye karamu pamoja na kijana mwanaumme anayetaka kumuoa.

(*Anacheka*)

Wazazi watatumia utaratibu wa kutomjulisha binti wao ukomo wa mkutano. Hatua hii ina faida zake: akijulishwa ni aina gani ya mashindano atakayopata, kwani kweli ni mashindano, n.k. mshtuko wa moyo, hofu angezipata zingelimpotezea urembo, hali yake ya kawaida na kumletea hivi haya. Angeliweza kupoteza kidogo utulivu wake juu ya kumuamua vizuri kijana mwanamme anayekuwa mbele yake na mwenye nia ya kumfanya kama mpenzi wake wa maisha.

Kwa upande mwingine, ikiwa kama, baada ya kuonana, binti huyu hampendezi kijana mwanamme, inawezekana, inaweza kufikiriwa n.k. itakuwa vibaya, vibaya na vikali kumjulisha ukomo wa mkutano. Sababu angeliweza kupata aibu, kupoteza uaminifu kwake mwenyewe, na hii ingelimletea vinyume vibaya zaidi kwa safari nyingine. Angelilalamika, kupiga kilio, kupoteza matumaini mpaka hata kujifanya bikira. Basi, ikiwa kama ni vema binti asijisikie kuwa bora kupita kiasi, ni vizuri pia asijifikirie kuwa chini zaidi ya kiwango chake cha kweli.

Lakini mngeliweza kusema ya kama binti atavumbua ukomo wa mkutano, katika mkutano huu wa kirafiki sana ambamo anajikuta peke wa kuoesha na anamkuta mwanamme ambaye hamjui vizuri ao hamjui hata kidogo. Si neno!

Ni bora kumwacha katika mawingu ya maulizo, isipokuwa lakini kama ni mwenye moyo mgumu, hali ambayo haingalikuwa nzuri kwa mwanamme anayetaka kumchumbia.

Marafiki hawa wa pamoja ni vizuri kujulisha ya kwamba bila marafiki wa pamoja, watu wa tabaka moja, haiwezekani kufikiria muungano wowote, ni wazi, isipokuwa lakini katika tabaka moja muungano wa watu wenye akili tofauti; ninasikia cheko; hii ingeliweza kupoteza marafiki—basi, marafiki hawa wa pamoja wana kazi ya kujulisha ni matokeo gani yanaweza kutukia katika kila jamaa.

Ikiwa kama binti hapendezi, haambiwi kitu. Anabakia bila kosa.

Ikiwa kama ni mwanamme anayetaka kuchumbia asiyependeza, si ya kupuuza, anapashwa kuvumilia hali hii katika heshima na hasa bila chuki. Anaenda vitani, anaingia katika jeshi, anaoa bibi mmoja mbaya sana. Anabakia mvumilivu: ni ile ninataka kusema.

Hata kama tokeo lingelikuwa la aina gani, wale waliohusika na upatanishi wanastahili kupigiwa asante kutoka kwa pande zote mbili. Ikiwa wanayo mapashwa ya kutoa jibu baya, ni ya kusikitisha, ingawa tunawatumainia kuwa watu wenye ujuzi mkubwa katika kusema na kutumia uangalifu katika masemi yao. Lakini, kila mara–kila mara! siri inapashwa kulindwa kabisa na watu wote; na ikiwa kama upande mmoja ao mwingine umeshindwa, sababu hazipashwi kamwe kutolewa.

Ikiwa kama mwanamme anayetaka kuchumbia amempendeza binti mara moja, inaweza kutukia, lakini ni haba, ni ya ajabu, lakini inawezekana, wakati mwanamme anayetaka kuchumbia amempendeza binti ao ikiwa kama aliweza kushinda katika mashindano, huyu ana haki ya kujulisha kwa haraka sana ushindi wake na pia kujulisha palepale ombi lake rasmi la kutaka kuoa kwa kupitia baba yake mzazi, rafiki yake mkubwa ao mtu mmoja mkubwa, baba yake wa ubatizo ao, sijui, kwa haidhuru nani.

Kisha kukubaliwa rasmi, mwanamme anayetaka kuchumbia anavaa mavazi ya sherehe na kwenda palepale kuwatembelea wazazi wa binti; huyu ataalikwa kwenye mkutano. Mkutano huu unabidi ufundi mkubwa kwa mwanamme anayetaka kuwa mchumba wa kesho (*na amekwisha kuwa zaidi ya mchumba*). Bila kupitisha kipimo cha uchangamfu, anawapigia asante wazazi wa binti. Ubaridi wake haungelistahili wakati huu, lakini vilevile maonyesho yake ya heri yanapashwa kuwa ya kadiri.

Wakati wa kuwatembelea wazazi wa binti mara ya kwanza, tangu matembezi haya ya kwanza, muda hautapotea bure, na itajulikana ni nini itazungumziwa siku ile: wanakusudia siku ya sherehe ya uchumba. Wanakusudia juu ya tarehe ya karibu sana kwani wakati mkubwa umeisha kupotea.

Wanapatana tena pamoja kuhusu myaliko ya kutuma juu ya shangwe hii, ni kusema wazazi wa binti aliyetolewa–ni neno wazi na sawa kabisa–wanamuuliza mchumba wa kesho ni watu gani wa upande wake–kutokana na uhusiano wake wa kirafiki ao wa kindugu–anataka kualika kunako shangwe.

Wanatengeneza vitu vyote sababu, uchumba, ndoa, na maisha, kwa jumla, tusisahau jambo hili, ni mfululizo wa vitu vingi vya kutengeneza; na ingelikuwa upumbavu kujiachilia kufurikwa na mambo mengi madogo ya bure ya hisia.

Shangwe ya uchumba inafanyika katika jamaa, katika kirafiki kabisa. Marafiki wa zamani, tunaowaita wajamaa, hawahudhurii katika sherehe hii; furaha kunjufu ya binti na ya hayahaya haipashwi kuonyeshwa mbele ya watu na maoni yao, kwani, bila shaka, maonyo ya watu wasiohusika ni ya kuogopa.

Mchumba mwanamme anatuma shada lake la kwanza la mauwa siku ya kusherehekea rasmi uchumba. Shada hili linatungwa na mauwa meupe, yakiwemo yale yanayopendelewa na mchumba mwanamke katika rangi hii. Huyu anafurahishwa na upatanifu huo na kuungalia kama alama nzuri ya siku za usoni.

Anamletea yeye mwenyewe pete. Kwa siri alipeleleza ili ajue ni jiwe gani binti analipendelea zaidi, kwani hapashwi kununua pete hii kwa kubahatisha. Kuna wachumba wanawake wanaoogopa shanga, wakizifikiria kama ni alama ya machozi. Ni upumbavu, lakini haiwezekani kuanza tangu siku ya kwanza ya uchumba kuzungumzia jambo hili.

Hata ingelikuwa ya aina gani, kwa njia moja ao nyingine, pete inapashwa kupokelewa vizuri; hii ni jambo dogo linalopashwa kutumainiwa. Na anapoipokelea, binti anashangaa na kusema: 'Ah!'

Pete inaingizwa katika kidole cha binti (*cha nne cha mkono wa kushoto*) na mchumba wake, ambaye atafika mbele ya waalikwa wote. Anaruhusiwa, kwa mara ya kwanza, kubusu mkono huu unaotoka kuvaa pete yake, alama ya ahadi yake na ambayo haiwezi kuvunjwa isipokuwa tu kwa sababu kubwa sana; ni kitu tunapashwa kujua.

Mchumba mwanamme anafika akisindikizwa na baba na mama yake mzazi; wasipokuwepo, sababu ni marehemu, kila mara namna moja, na kaka yake mkubwa, na kiongozi wa nyumba, baba yake wa ubatizo na kadhalika. Sijui, na haidhuru nani.

Wakati wa karamu–ni ya lazima-wachumba wanakaa mmoja pembeni ya mwingine, kati ya meza.

Wanatendewa kama mashujaa wa siku ile, kwani kweli ni mashujaa. Mbele yao kuna baba na mama wa binti, baba wa mchumba mwanamme eko karibu ya mama mwenyeji wa nyumba, mama wa mchumba mwanamke, ikiwa kama mlipenda kufwata vizuri, mama yake anakaa karibu ya baba mwenyeji wa nyumba, baba wa mchumba mwanamke, sisemi mengi, ni wazi.

Wapatanishi katika ndoa hii–kwani kweli ilikuwa ni upatanishi na siyo kitu kingine–wajumbe, tuwaite namna hii ikiwa kama neno wapatanishi linaumiza–wajumbe wa kijana mwanamme wanakaa pembeni ya wachumba, ni kusema ikiwa mnataka kufanya nguvu kidogo ya kufikiri juu ya jiometria ya eneo, wanakaa macho kwa macho kabisa na wazazi wa mchumba mwanamme; yote hii ni nyepesi sana na meza nzima ingeliweza kuheshimu kanuni kubwa hizi ambazo, ninasikitika, sitasema mengi, zimepangwa lakini vizuri kabisa (*ni nguzo yenyewe ya kanuni*).

Daftari ya vyakula kwa karamu hii inapashwa kuwa ya kawaida ya kutosha. Uchumba unatangazwa kwa heshima wakati wa kitindamlo. Waalikwa, kwa jumla, wanashangaa. Hakuna mtu aliyetarajia, na watu wote, wanatamka kwa sauti ya chini wakishtuka:'Ah!'

Ikiwa kama shangwe inafanyika wakati wa dansi rasmi za usiku, sherehe ya kutangaza uchumba inafanyika karibu na usiku kati. Waalikwa wote wanawatolea wachumba pongezi zao za heri.

Mchumba mwanamke anavaa kanzu ya rangi ya furaha–kwani kweli ni wakati wa furaha ya maisha, na inapashwa kuwa namna ile–rangi ya waridi nyepesi, ya buluu ya mawingu, ao nyeupe yenye kupambwa na mitepe myeupe. Furaha gani!

Upande wa wanawake wengine, wataepuka kuvaa mavazi ya rangi za uchungu. Mchumba mwanamme pamoja na wanaume wengine wanavaa mavazi ya pekee kwa shangwe ya usiku ao yale ya sherehe.

Usiku unaofwata, bila kuwatenganisha wachumba hawa wawili, nafasi itatayarishwa ili kuwawezesha kuzungumza bila wasisikilizwe na watu wengine. Taratibu hii itafanyika mpaka siku ya ndoa. Kamwe hawataachwa peke yao, lakini vilevile bila kusiwe mtu wa kusimama zamu mbele ya wapenzi hawa ambao sasa wanaruhusiwa kupendana. Wanachunguzwa, kwani uchunguzi ni wa lazima, lakini uchunguzi huu unafanyika katika siri kubwa.

Kwa kuepuka uambaji wa watu, kwani kweli ni uambaji, na kadhalika, kwa kuepuka uambaji wa watu, macho ya pembeni na kicheko cha watu wabaya wanaokuwa nje ya siri hii na ambao juhudi ya mchumba mwanamme ingeliweza kuzungumziwa vibaya, wanatayarisha yote, ikiwezekana, ili muda wa kusherehekea ndoa usiwe mrefu mno na ule wa kusherehekea uchumba. Kwa njia hiyo, wanafupisha muda na kunyamazisha tetesi.

Kutoka sherehe ya uchumba mpaka ile ya ndoa, ni lazima kila siku kutolewe shada la mauwa. Shada hili linapashwa kutungwa tu na mauwa ya rangi nyeupe.

Zawadi za vitu vya bei–ni kusema, vile vinavyoweza kubadilishwa ao kununulishwa na mchumba mwanamke mwenyewe, kila mara mwenye furaha, ao na wazazi, na wasimamizi wake, ikiwa kama wazazi ni marehemu, inaweza kufikiriwa–zawadi za vitu vinavyoweza kuonekana, vile vinavyoweza kubadilishwa na kununulishwa, zawadi kama hizi zinaruhusiwa tu tangu siku ile kutakuwa sheria ya kifedha, na ile itafanyika waziwazi juu ya matayarisho na ukabuaji wa mali, urithi na vitu vilivyoachwa.

Kutumwa kwa kikapu na saini ya mapatano kunafanyika karibuni siku nane ao kumi mbele ya sherehe ya kufunga ndoa.

Kikapu kinaletwa asubuhi ya siku mapatano yanatiliwa mkono. Mkesha wake. Mkesha wake asubuhi. Ndani ya kitunga mnapatikana kanzu nzuri za hariri, za bulbuti na kadhalika, zenye kuachanishwa; ni binti mwenyewe anapashwa kuunganisha sehemu zote za nguo.

(Anacheka)

Za mitepe myeusi na myeupe kwa kuweza kutumiwa katika nyakati tofauti za maisha, na hizi hazitakuwa kila mara za furaha, msidanganyike; ni vizuri kujua hiyo tangu sasa; tabia za kizazi, ikiwa kama mababu wa mchumba mwanamme walikuwa nazo, johari za sasa, zile za jamaa, koti la ngozi ya kakonge, mitepe ya manyoya ya lofofori ...

Lofofori.

Lofofori ni ndege wa aina ya kuku anayeishi katika milima ya India; manyoya yake ni mazuri na yanatafutwa sana; kwa hiyo yanatumiwa kama mapambo ya pekee kwa kanzu na mavazi; nguvu pamoja na uzuri wao mkubwa ndiyo sababu ya kupendelewa kwao .

Tabia za kizazi, johari za sasa, johari za jamaa, koti la ngozi ya kakonge, mitepe ya manyoya ya lofofori.

Zaidi ya mavazi haya ya ndani ya kabati la nguo, kwani kweli ni mavazi tu ya ndani ya kabati, ndani kabisa, inafaa kuongeza kifuko kidogo chenye dhahabu—noti za sasa! -kipepeo kimoja ao zaidi, kitabu cha Sala kilichoandikwa kutoka kazi moja kubwa ya Enzi za kati. Lakini, na ni wazi, kikapu kinaweza vilevile kujazwa na vitu vya bei ya kawaida kufwatana na uwezo wa kifedha wa mchumba mwanamme.

Inaonekana kama haipashwi kumshurtisha mtu yeyote cheo hiki cha uchumba. Kwa sababu zilezile kama hapo mwanzo, mtu ambaye maisha yake ni ya hali ya chini, wako kweli watu kama hawa, hapashwi kutafuta kuoa. Pengine wazazi wa binti hawangaliweza kumkatalia mtu kama huyu, huku wakishikwa na hofu ya kuona kama mtu wa namna hii anaweza kutimiza kwa kidogo tu masharti yake, kinyume na vile wangelipendelea.

Ninawaza na hata ningeweza kusema hapa ya kwamba ni afadhali, kwa jumla, kwa mtu ambaye pato lake ni dogo sana hasijitolee katika jambo lolote: baba wa ubatizo, mchumba, baba wa jamaa na kadhalika. Ni bora zaidi.

Vitu vyote vinawekwa katika kitunga kikubwa – ndiyo maana ya jina kitunga–katika kitunga kikubwa cha ukindu chenye kusukwa kwa ufundi; kitunga hiki kinazungushwa ndani mwake kwa nguo nyeupe ya hariri ya umbo wa mraba ili nguo zenye kutiliwa ndani zisipate miraba ya ovyo. Shada kubwa la mauwa meupe ya waridi ao kifundo kimoja cha hariri nyeupe kinafungwa juu ya mfuniko wa kitunga. Safi kabisa!

Wakati moja watu walitaka kuacha desturi hii ya kutumia kitunga na kupendelea kujaza maelfu ya franka katika bahasha, na mambo kuishia pale!

Lakini desturi hii ya sasa ikavunja heshima za hisia za wachumba wengi; ni hivi desturi ya zamani ikashinda. Sisi wote tunafurahishwa, watu wote wanafurahishwa, nami pia ninafurahishwa nayo.

Mara nyingi, mapatano yanatiliwa mkono kunako ofisi ya mwakilishi wa serkali. Lakini, kama mwakilishi huyu anaenda nyumbani kwa wazazi wa mchumba mwanamke, wahusika wote wanakusanyika pale. Kwa njia moja ao nyingine, masharti ya mapatano yanapashwa kuzungumziwa vizuri tangu mwanzo kati ya majamaa mawili–bila shaka, bila wachumba–juu ya kuepuka mabishano yoyote makali wakati wa kutunga masharti ya mwisho.

Ikiwa kama mapatano yanatiliwa saini nyumbani kwa baba na mama wazazi wa mchumba mwanamke, chakula kinatolewa, na mwakilishi wa serkali anakaribishwa mezani.

Mara nyingine tena, mapatano yanatiliwa mkono wakati wa shangwe ya usiku inayowakusanya waalikwa wengi. Wakati ule, michezo ao mazungumzo yanasimamishwa mara moja! Mwakilishi wa serkali anasoma maneno ya mapatano. Watu wote wanashtuka sana na kusema:

"Ah!"

Kisha bwana (*bwana wa kesho, mchumba mwanaume, kijana mwanaume*), bwana anasimama, anamwamkia mchumba wake, anatia saini katika kitabu cha mapatano; na baadaye anampatia mchumba wake kalamu.

Baada ya kuandikia jina lake, mchumba mwanamke anampatia kalamu mama wa mchumba wake; huyu naye anampatia kalamu mama wa mchumba mwanamme; wababa wote wawili wanatia mkono kisha na, baadaye tena, wandugu wote wa majamaa mawili wanafanya vile, kila watu wakifwata daraja ya umri wao.

Ni kwepesi.

Siku hizi, usiku wa kutia mkono katika cheti cha mapatano hauna tena sura yake ile ya kirafiki sana ya sherehe ya uchumba. Lakini kwa usiku ule, wajamaa wa kawaida hawaalikwi.

Kwa kuepuka matatizo haya makubwa yanayoonekana kutukia mara kwa mara, ninafikiri ya kwamba, labda njia nzuri ingelikuwa ile ya kutokuwa kamwe na wajamaa hawa wa kawaida.

Wakati ule wa kutia mkono katika kitabu cha mapatano, ikiwa kama mwakilishi wa serkali anamuomba mchumba mwanamke—ginsi inavyokuwa katika haki yake, na kwa nini angeliweza kusikia haya?—ruhusa ya kumbusu mkono, mchumba huyu atamkubalia, kisha tu kuomba, kwa haraka, ushauri kwa macho wa mama yake na wa mchumba wake. Wote wawili hawa, kwa macho pia, wanafanya alama ya kukubali. Hivi.

(*Anaonyesha*)

Kuomba ruhusa ya mchumba mwanamme ni ginsi ya kutambua tangu mwanzo haki zake, jambo moja la maana, lenye kupenya moyo na kuonyesha wazi mapashwa ya maisha ya ndoa. Pengine mngeliweza kusema ya kama mchumba mwanamke angali bado chini ya uwezo wa wazazi wake. Hii si kweli kabisa, kwani anavaa kwenye kidole chake pete ambayo inamtia tangu wakati ule katika masharti, na tena, tukumbushe ya kama alipokea zawadi za vitu ambayo inamtia katika hali ya mapashwa.

Ndoa ya kiserkali inafanyika mbele ya ndoa ya kanisani.

Lakini...

(*Kisha wakati kidogo*)

lakini hawafungi ndoa kanisani toka siku ya Mungu ya kwanza ya Majilio mpaka siku ya Epifania,

Wala...

(*Kisha tena wakati kidogo*)

Wala tangu siku ya tatu ya Majivu mpaka kisha siku nane baada ya Pasaka. Haya ni mambo ya lazima tunapashwa kujua na hatuna budi kuyasahau!

Ni wazi, inawezekana kupata, kwa njia ya uhusiano, fedha ao kwa majipendekezo, ruhusa ya pekee ya kusherehekea ndoa katika nyakati hizo; itatosha tu kufanya ombi. Inawezekana kuacha vyote! Ni jambo tu la kuchagua, hakuna kitu kingine!

Si lazima kueleza hapa ginsi gani ndoa ya serkali inasherehekewa. Peke yake sheria ndiyo inayohusika, silo kosa langu, na kamwe halitakuwa kosa langu, hata kidogo. Si kugumu na inafanyika haraka sana. Wanaofunga ndoa wanapashwa tu kujibu wazi NDIYO kwa ulizo la kisakramenta:"Unamkubali …kama bwana …?, ao "Unamkubali …kama mke ..? Ndiyo; ni yote, inamalizika.

Mwanamke anayeolewa anatia wa kwanza saini katika kitabu cha mapatano ya ndoa, kisha anampatia kalamu mme wake ambaye anamuamkia na kumwambia, kwa furaha, ni shurti, na kicheko, "asante, Mke wangu".

Ni machache anayoweza kufanya.

Yeye ni wa kwanza kumpatia cheo hiki; ni furaha sana!

Ndoa ya kanisani.

Kwa desturi, ndoa ya kanisani inafanyika asubuhi. Ina majivuno sana wakati huu sababu ya misa. Watu wote wapo katika hali nzuri, wanatoka kitandani, wanaonekana katika hali nzuri.

Baba na mama wa binti anayeolewa wanawapokelea waalikwa wao katika sebule. Mwanamme anayefunga ndoa, kwa upande wake, aliwatangulia watu wote akisindikizwa na wazazi wake. Walifika asubuhi sana.

Mwanamke anayeolewa, yeye, anaonekana tu wakati wa mwisho; anashuka ngazi akibeba mkononi mwake shada la mwisho la mauwa meupe aliyotumiwa, asubuhi ile, na yule anayeisha kuwa mme wake kufwatana na ndoa ya kiserkali. Anaangara katika urembo wake wa asubuhi.

Anavaa ginsi ya kawaida ya kutosha.

Almasi ni za ziada na hata tungeliweza kutia pembeni mitepe mizito na ya bei kubwa. Mavazi yanapashwa kuwa ya kibikira, siyo ya majivuno. Kanzu ndefu ya hariri na ya miraba mirefu wakati wa baridi, nguo nyepesi za melimeli za kiindi wakati wa joto, taji la mauwa ya mchungwa yenye kuchanganyika na yale ya wariri nyeupe na manemane, siyo mapambo bora chini ya ushungi? Zaidi ya hayo, tungeliweza kuongeza shanga katika shingo ya binti wetu.

Mwanamme anayefunga ndoa anavaa mavazi ya sherehe ao yunifomu yake ya pekee, kama yeye ni askari.

Wakati watu wote wanafika—na ninapashwa kueleza wazi—wanapanda ndani ya magari na kuelekea kanisani. Mwanamke anayeolewa anaingia katika gari la kwanza, akisindikizwa na baba na mama yake wazazi. Katika gari la pili, mnaingia mwanamme anayefunga ndoa pamoja na wazazi wake. Hakuna kamwe mambo magumu. Washuhuda wanaingia katika gari la tatu na la nne, pamoja na ndugu wanawake wa wanaofunga ndoa. Hapana mabinti vijana. Kwa desturi mabinti wanapashwa kuwa pembeni, wakilindwa na kuzunguukwa vizuri; sisemi mengi .

Waalikwa wengine wanafanya yote juu ya kujipatia nafasi katika magari mengine; siwezi kutabiri yote!

Ikiwa kama inawezekana, hata tu kwa siku ile, inawezekana kufanya nguvu-inapashwa kumpatanisha mtu mmoja wa jamaa ao rafiki wa mwanamke anayeolewa na mtu mwingine wa jamaa ao rafiki wa mwanamme anayeowa. Yote hii inapangwa tangu mwanzo; hakika, kweli ni mpango na hakuna neno lingine. Lakini, hata wakati huu tena, kuna kanuni ya kufwata: vijana wanawake hawaingii—hata kama wangalikuwa wawili—katika gari ambamo wangaliweza kujikuta peke kati ya wanaume wasio kuwa ndugu zao wa karibu.

Wasindikizaji wanapofika mbele ya baraza la kanisa, wanasimama, msafara unajitunga. Mwanamke anayeolewa, eko mikononi mwa baba yake, mwanamme anayeoa akiwa na mama yake, mama wa mwanamke anayeolewa akiongozwa na baba wa mwanamme anayeoa; kisha wanafwata watoto wanawake na wanaume wa heshima; kisha tena washuhuda pamoja na wabibi waliokuja nao katika gari. Wabinti vijana wanafwata nyuma. Ni kwepesi.

Mwanamke anayeolewa anashika mkono wa kushoto wa baba yake; wanawake wote wanapashwa kushika mkono wa kushoto wa wapenzi wao. Ikiwa kama baba wa mwanamke anayeolewa ni askari, mwanamke anayeolewa anaegamia juu ya mkono wake wa kuume; na wanawake wote wanaiga mfano wake, wakiegamia wote kwa mkono wa kuume.

Mwanamke anayeolewa anapoingia kanisani, waalikwa wote kwenye ibada ya misa wanasimama. Wale wa upande wa mwanamme wanajitia upande wa kuume, na wale wa upande wa mwanamke wanajipanga kushoto.

Mwanamke anayeolewa anapiga polepole hatua mbele, bila kuangalia pembeni yake. Anajielekeza wima mbele ya kile kinachomungoja.

Ni wanawake wachache wanaoweza kubakia kama desturi mbele ya macho yote yanayowaangalia wakati ule.Wengine wanayo deturi ya kuchukiza ao ya kufurahisha wangalizi. Kufujika kidogo ni jambo la kawaida kwa wakati huu, lakini hakuna sababu kwa mwanamke anayeolewa kuonekana, ginsi mshairi Victor Hugo alivyoandika kama mhanga aliyevikwa taji la mauwa na kupelekwa kwenye altare. Ni vema kujielekeza mbele kwa hiari yako mwenyewe na kuepuka hivi kuonekana kama mjinga. Moyo umpige kidogo, inaweza kufikiriwa, furaha yake ichanganyike na woga, tunatumainia, lakini ikiwa kama ameadibishwa vizuri, ikiwa kama eko na sehemu ya kutosha ya hekima, kwa kifupi, ikiwa kama si mpumbavu mno, ataepuka kuonekana kama mwenye kuota na pia kama mtu mwenye kujiaminia sana; vilevile, hatajionyesha kama mtu anayeelekea zaidi kunako hekima ao mwenye kujiaminia kupita kipimo.

Baba mzazi wa mwanamke anayefunga ndoa anampeleka huyu panapo nafasi yake: pale panapatikana, kushoto, ubao wa kupigia magoti na pembeni yake kuna mshumaa unaowaka.

Ni kwepesi kutambua nafasi hii.

Mwanamme anayefunga ndoa anakuja kupiga magoti karibu na mke wake juu ya ubao mwingine. Ni kwepesi zaidi kwake kuvumbua fasi yake.

Mipango yote inapashwa kuchukuliwa siku nane mbele na padri atakayebarikia ndoa kuhusu saa, mambo mengine madogomadogo, na pia kuhusu bei ya ibada; hakuna kuepa, na kweli ni bei ya kulipa, hakuna neno lingine. Kwa wakati huu wa ndoa, bei hii haiwezi tena kubishiwa.

Pete zimepewa msakristia mmoja anayezileta, kwa utaratibu, juu ya sinia wakati wa ibada wakati wanaofunga ndoa watabadilishana. Tarehe ya ndoa inachorwa ndani ya kila pete pamoja na jina la ubatizo la bibi katika pete ya bwana na lile la bwana katika pete ya bibi. Si kugumu sana kufwata na ni kwepesi kabisa kuwekelea.

Wanaofunga ndoa wanasikiliza, wakikaa, hotuba padri anayowafanyia. Huyu anasema wima juu ya ngazi za altare, lakini, na ni wazi, anawakaribia wanaofunga ndoa kwa kuwaunganisha. Kisha mwanamme na mwanamke wanaofunga ndoa wanasimama; mwanamme anashika mkononi mwake wa kuume ule wa mke wake; hii inamlazimisha mwanamke kujinyonganyonga kidogo, lakini ni kwa muda mfupi tu.

Kwa maulizo tunayoyajua:

"Unamkubali kama mke …? na kadhalika"

Wanajibu, "Ndiyo".

Hawaachanishi mikono yao kwa kupiga magoti juu ya kupata baraka ya padri na kumwagiliwa maji ya baraka. Ikiwa kama mliweza kujizoesha nyumbani kupiga magoti watu wawili mkishikana mkono wa kuume, huku mkimwangiliwa maji, si kugumu sana. Ndoa inafungwa mara moja, na yote ni kufwatana na matashi ya mtu.

Kisha ibada, wanaofunga ndoa wanaingia katika sakristia kwa kutia mkono katika kitabu cha ndoa na kupata pongezi za waalikwa.

Mwanamke anayeolewa anatoka kanisani akishikwa mkono na mme wake. Baba yake anampatia mkono mama wa mwanamme anayeolewa. Baba wa mwanamme anayefunga ndoa anampatia mkono wake mama wa mwanamke anayeolewa; wote mnaweza kufwata, inatosha kusikia kanuni; wanabadilishana vitu kati ya majamaa haya mawili na kisha wanamtaja, si kugumu, memba mmoja mwanamme wa upande mmoja na memba mmoja mwanamke wa upande mwingine, na hivihivi, n.k. Vizuri ...

Waalikwa kwenye misa wanarudi katika nafasi zao na kusimama wakati msafara unapita. Wanafurahi sana. Wanaofunga ndoa wanawapepea watu kuume na kushoto wakipiga kicheko kwa utaratibu.

Wanaingia peke ndani ya gari; mara nyingi ni gari moja la aina ya pekee na lenye viti viwili tu; baada ya ile wanarudi nyumbani kwa kula.

Ni kila mara namna hii mambo yanaendelea.

Shangwe ya ndoa inapashwa kusherehekewa na uzito mkubwa kufwatana na uwezo wa kifedha; kila mwalikwa, akiwa katika mavazi yake mazuri sana, anapashwa kuiletea shangwe hii furaha; haya ni madogo anayotakiwa kuchangia.

Heri ya wanaofunga ndoa wapya inastahili, siku ile, ijazwe na furaha na uvumi, lakini furaha na uvumi huu vinapashwa kuwa vya kadiri, visivuruge heri changa ya wanaofunga ndoa. Kwa kawaida, ikiwa kama kila mtu anaangalia vizuri, siku ile, ni wanaofunga ndoa ndiyo wanaopashwa kuonekana wenye heri zaidi.

Tunapenda dansi katika shangwe ya arusi, hata kidogo tu, lakini desturi hii inapotea. Tunapenda ndoa yenye kusherehekewa nje ya mji, wakati mauwa yanafunguka, wakati ndege wanataga mayayi; kule karamu na dansi zinafanyika chini ya miti.

Kunaweza kupatikana nafasi nzuri kupita hiyo kwa binti anayeolewa?

Ikiwa kama karamu kubwa inatolewa, mwanamke anayeolewa anakaa mezani kati ya baba yake mzazi na baba yake mkwe (*anakaa kuume kwa baba yake mzazi*), mwanamme anayefunga ndoa, yeye, anakaa akiangaliana na mke wake, kati ya mama yake mzazi na mama yake mkwe. Wanatendewa kama mashujaa wa siku ile, kwani kweli ni mashujaa.

Bibi anayeolewa anapewa chakula mbele ya wanawake wote wengine, hata kama hawa ni wakubwa ao wenye vyeo kumpita yeye. Lakini, ikiwa kama mtu mmoja mkubwa fulani anashiriki katika shangwe, kuweko kwake hapa kunaangaliwa tu kama alama ya kutafuta kujionyesha, na kwa kumpigia asante, hafanyiwi hata yote hii ninaeleza hapo juu; baba mkwe wa mwanamke anayeolewa anamwachia kiti chake.

Dansi rasmi inafunguliwa na mwanamke anayeolewa akisindikizwa na mwalikwa mmoja mwanamme ambaye wanataka kumwonyesha alama ya heshima. Kundi la pili la wachezaji ao dansi ya pili itapigwa na bwana, bwana wa mwanamke anayeolewa, mwanamme anayeoa. Kisha ile, bibi anayeolewa ataomba kupiga dansi akisaidiwa na wachezaji fulani wanaume kutoka katika makundi ya wachezaji yanayofwata. Kuhusu aina nyingine za dansi na, kwa ujumla zaidi, katika dansi zote zile zinawasukuma wachezaji kukaribiana sana kimwili, bibi huyu anayeolewa atazikubali tu kwa bwana yake na ndugu zake wanaume.

Ijapo majaribio ya mara kwa mara ya kurudisha desturi hii, watu hawaimbi tena wakati wa kitindamlo.

Safari ya arusi haifanyiki tena palepale, ginsi ilivyokuwa desturi katika myaka iliyopita. Watu hawapendi tena kupoteza muda wao wa kwanza baada ya kufunga ndoa katika njia ya reli, katika hoteli za kawaida na zenye kujaa watu, ambamo wangeweza kupata tabu nyingi ndogondogo, ambamo pia tabia za watu zinaweza kugongana tangu mwanzo kutokana na moja ya migongano ya tofauti isiyoweza kuepukika katika safari.

Bila shaka, kutafika wakati wa kuzongana, wakati wa kukosana na kukokotana, siku moja ao mbili. Baada yake, tunatumainia, mizongano, kwani kwelli ni mizongano na siyo kitu kingine, mizongano itamalizika na kuyaachia nafasi masikilizano ya kweli; ni hekima, rafiki mkubwa wa upendeleo, inayopanga muda wa safari ya arusi: majuma sita kisha kufunga ndoa.

Inaweza kutukia mpenzi uliyemuona wa kwanza anapotea, inawezekana, anakimbia ao anafariki, inaweza kufikiriwa.

Mwanamke angeliweza kukusudia kuolewa tena? Ikiwa ni hivyo, ni vema kufunga ndoa bila uvumi ao kelele.

Sherehe ya ndoa ya kiserkali itawakusanya tu watu wanaofunga ndoa, baba na mama wa kila mtu, ikiwa wako pale tayari kwa kuhudhuria kunako ibada hii na pia washuhuda.

Kuhusu ndoa ya kanisani, wanaofunga ndoa wanazunguukwa, kama katika ndoa ya kwanza, na ndugu wa karibu pamoja na marafiki wao wakubwa; vilevile, kutakuwa myaliko juu ya kuhudhuria kwenye ibada ya misa, lakini ibada hii itakuwa ya kawaida: bila mapambo ya mauwa, bila nyimbo na bila uvumi wowote. Ni baridi, kawaida kabisa.

Mwanamke mjane anayefunga ndoa mara nyingine hatavaa mavazi ya rangi ya kijivu ao ya urujuani, kwani ingelifanana kidogo na kilio, na hii haingelimfurahisha mme wake wa pili; ataepuka rangi ya waridi, rangi inayovutia sana, kwani haingelistahili wakati huu. Kichwani mwake, atavaa mtandio mweusi ao mweupe; juu yake atachomeka mauwa kidogo. Ataepuka mauwa ya krizantemi na yale ya skabiusi ambayo yanajulikana pia kama mauwa ya wajane; hakika, kuna, kila mara, ziaka na heshima ambazo hazieleweki vizuri na watu.

Mwanamke mjane analinda pete yake ya ndoa ya kwanza. Ndoa hii ni jambo haliwezi kufutwa hata na kitu kimoja; mme wake wa pili hawezi kuangalia kitendo hiki kama kibaya ikiwa bibi huyu analinda alama ya ndoa yake ya kwanza; na ikiwa kama ana watoto, anapashwa, kwa ukumbusho wa baba yao, kuzidi kuwapatia heshima. Basi mwanamke mjane anavaa pete mbili ikiwa kama ameolewa mara mbili, na hivihivi, uwingi wa pete ukifwatana na ule wa ndoa alizofunga …

Vizuri.

Kisha ibada ya kanisani, chakula kidogo ao karamu inatolewa, lakini hakuna kamwe dansi rasmi kwa ndoa ya pili, hakuna dansi rasmi wala hata mikutano kidogo kwa dansi za kirafiki.

Ikiwa kama binti mmoja wa umri mkubwa anataka kufunga ndoa, ni ibada ileile inafanyika kama kwa binti kijana. Hekima inaweza tu kupunguza matendo madogomadogo. Kunaisha.

Kwa mfano, wabinti wa heshima watakuwa wachache na, ikiwa kama mjane huyu ana umri mkubwa sana, hakutakuwa hata wabinti wa heshima.

Binti wa myaka makumi matatu na mitano hawezi kuvaa ushungi mrefu. Atafunika nyele zake kwa mtandio wa mitepe myeupe; mtandio huu utafunika pia mabega yake. Utafungwa kwa vifungo kidogo vya mauwa ya mchungwa na ya waridi nyeupe. Lakini kanzu yake itapashwa kuwa nyeupe.

Ikiwa kama binti huyu ni wa myaka makumi mane na mitano, atachagua kanzu ya rangi za kati ya kijivu na fedha, atavaa kofia yenye mitepe myeupe na kupambwa na uwa dogo la mchungwa pamoja na mauwa mengine, kama vile malkia margerita, lilasi ao waridi.

Katika hali hii ya pekee, usiku wa dansi za kawaida ni bora zaidi kuliko ule wa dansi rasmi.

Ndoa ya fedha inasherehekewa baada ya myaka makumi mawili na mitano ya kuishi pamoja katika heri.

Hata kama maisha ya ndoa hayangelikuwa ya heri, kisha myaka makumi mawili na mitano, sherehe ya ndoa ya fedha inastahili tu kufanyiwa. Ndoa ya fedha inasherehekewa baada ya myaka makumi mawili na mitano ya kuishi pamoja. Kwa desturi, na kwa kifupi, hata ingelikuwa katika hali gani, kisha myaka makumi mawili na mitano, ndoa ya fedha inapashwa kusherehekewa.

Ndoa ya fedha ni shangwe nzuri na kubwa ambako kunaalikwa pia marafiki, lakini hapana wajamaa tu wa kawaida, kwani shangwe hii inapashwa kulinda hali yake ya kirafiki sana. Pia ni shangwe ya furaha, ninafikiria vile, na inapashwa kupatiwa rangi hii ginsi iwezekanavyo.

Na tena ni fundisho kubwa lenye kugonga moyo, fundisho la mapendo ya ndoa linalotolewa kwa watoto: kuwaona baba na mama wao, katika upole, katika ukweli, wakizidi kuungana kabisa mmoja kwa mwingine, baada ya myaka makumi mawili na mitano ya kuishi pamoja, kwani kweli ni myaka makumi mawili na mitano na siyo kitu kidogo; kisha myaka makumi mawili na mitano katika kugawanya, ginsi mshairi Victor Hugo aliweza kusema, furaha moja, lakini pia magumu moja, muda ambao kila mtu aliweza kukubali kujinyima jambo fulani na kujitolea kwa ajili ya mwenzake.

Ni kitu gani kizuri, safi zaidi kama upendo huu uliyoweza kushinda wakati, na mara nyingine mateso, kwani, msidanganyike, kweli kuna mateso; ni kitu gani kinachoweza kuonyesha vizuri zaidi ukubwa wa roho ya baba, upole wa moyo wa mama ao na kinyume chake?

Tushangilie ndoa ya fedha, ni maonyesho yanayoleta moyo.

Bibi aliyeolewa angali bado mzuri, mara nyingi anaonekana kama vile dada mkubwa wa watoto wake wanawake. Atajipamba nyele kwa mauwa meupe sana ya Malkia Margerita na, zaidi ya hayo, atafunika kichwa chake kwa mtandio wa mitepe, nayo pia ya rangi nyeupe kwa kuhudhuria kunako misa ya baraka. Kanzu yake itakuwa vilevile nyeupe. Ni mara nyingi ya kutosha tunatia kusudi mkazo juu ya rangi nyeupe, lakini ni kwa sababu rangi hii ni ya imani, ya usafi, ya uaminifu, ya maisha, ya furaha na tena ni rangi ya mambo mengine ambayo ninasahau sasa, lakini yanayotambulishwa pia vizuri kwa rangi nyeupe.

Maandamano yanatoka kanisani.

Ni nyumbani ambako jamaa nzima, marafiki wote wanawapongeza na kuwakumbatia waliofunga ndoa. Hawa wanatendewa kama mashujaa wa siku ile, kwani kweli ni mashujaa.

Kuna maonyesho ya zawadi walizopata. Chakula cha mchana kinatolewa kwa kungoja kile kikubwa; ni karamu ya kweli. Dansi rasmi inamalizia shangwe hii nzuri. Dansi hii inafunguliwa na baba akisaidiwa na mtoto wake mwanamke wa kwanza ao na bibi wa mtoto wake mwanamme; mama, kwa upande wake, anasindikizwa na mtoto wake mwanamme wa kwanza ao na bwana wa mtoto wake mwanamke, kila mara mtungo uleule, katika kuwapatia nafasi waliobakia.

Wakati wanapobakia peke, waliofunga ndoa wanaonja furaha za siku ile, wanajikumbusha myaka yao ya ujana na wanasikia raha ya kuona mapashwa yao yanatimilizika. Wanaangalia picha katika albomu yao.

"Juu ya barabara yenye vumbi, walitembea bila kupumzika
Na walivuka mabonde na kupanda milima
Walitoa kazi, na kutambuka pepo za mvua.
O, mapendo makubwa!"

Victor Hugo

Ndoa ya dhahabu inasherehekewa kisha myaka makumi matano ya kuishi pamoja katika heri. Hata kama maisha hayangalikuwa ya heri, baada ya myaka makumi matano, muungano huu unapashwa tu kusherehekewa.

Myaka iliwatuza bwana na bibi hawa tuliowaona, mara ya kwanza, wakiangara katika ujana wao na katika heri; kisha, mara nyingine, wenye kukomea kwa umri na wenye nguvu, wakizunguukwa na upendo, na heshima, na sifa, baada ya kupigana vita na maisha, kuteswa, kwani kweli kuna mapigano na mateso, kinyume cha hayo kingeliweza kunisangazisha, lakini wakiwa katika heri sababu wanapendana kama katika siku yao ya kwanza, na labda kupita siku ile.

Magumu mengi yamewatembelea, watoto wao wameondoka ili waunde nao pia, kwa zamu yao, majamaa ya heri. Wengine wamefariki, waliishafariki–kikawaida–inawezekana; sasa wako peke kama mwanzoni mwa maisha yao wawili wakisongana kila mtu upande wa mwenzake kwa kuonyesha ya kwamba kila mmoja anawakilisha yote kwa mwingine.

Watoto wao wanaume na wanawake – wale hawajawatangulia bado mbinguni– wanawakimbilia, wakisindikizwa na watoto wa watoto wao; vizazi vitatu, kwa uchache, vinawazunguuka.

Shangwe ni kama ile ya ndoa ya fedha. Lakni hapa ina upendo mkubwa zaidi, juu ya kuwapumzisha mashujaa wa siku ile, kwani kweli ni mashujaa ambao maisha yamegeuka dhaifu. Washiriki wote wanajiepusha kugeuza siku hii kuwa ya kilio. Kila mtu amewaletea zawadi, mpaka hata kijukuu wa myezi miwili ambaye anawabebea uwa katika vidole vyake visivyojua bado kitu.

Karamu kubwa inatolewa ikifwatiwa na dansi rasmi ao na zile ndogondogo. Mababu hawa wawili wanaifungua wakisaidiwa na wajukuu wao wawili kama wanaweza.

Ikiwa hawawezi kucheza dansi, wanaangalia tu. Ni vizuri.

Shangwe hii haidumu kamwe kupita usiku kati. Kisha, wazee hawa wakiachwa peke yao, wakijikuta peke, kwani kweli ni kuachwa peke, mtu asitudanganye, bibi na bwana wazee wanakumbatiana na kuhaidiana ya kama wangeliweza kuanza upya maisha yao, wangalichaguana tena, na maneno mengine mbalimbali kama haya yanayozungumziwa na kusadikiwa.

Na kisha, ni karibu namna hii mambo yanamalizika.

Hakuna mtu anayeepuka magumu ya kumpoteza mmoja wake; mmeisha kulifikiria jambo hili. Inawezekana, ni wazi na inaweza kufikiriwa. Nafasi yetu katika jamii pamoja na mila ambazo kamwe haziachi hata wakati moja wa maisha kudai haki zao, hapa tena, zinapanga ni ginsi gani tunapashwa kukubali na kuonyesha uchungu wetu.

Wakati kifo kinaingia nyumbani, wenye nguvu zaidi, wale wenye nguvu kidogo, ndugu, marafiki, sijui, haidhuru nani, wengine, wanatia pembeni ya yule aliyepotea, kwani kweli ni kupotea na siyo neno lingine, wengine wanatia ukimya na usawa.

Wanafunga madirisha yote na milango. Wanawasha mishumaa. Wanawatenga mbali watoto wadogo, watoto wadogo ni maisha; hakuna sababu ya kuwaacha pale. Watu wanatembea polepole, wote ni kimya, sauti ya redio inapunguzwa. Mwili wa marehemu unalindwa mpaka pale utatiliwa katika jeneza. Maiti inanawishwa na kuvikwa mavazi mazuri, yale ya siku ya ndoa ya marehemu, kwa mfano. Ni wazo zuri!

Wanaenda kujulisha kifo kunako ofisi ya serkali ya mji, ya mtaa. Mwakilishi wa serkali anamtuma daktari nyumbani kwa marehemu. Daktari anatambua kifo na kujulisha aina ya ugonjwa uliokileta, kwani inapashwa tu kuwa ugonjwa na siyo kitu kingine. Ikiwa ni kitu kingine, ni sherti kumwita polisi, na siyo ziaka.

Wakati kifo kinahakikishwa na kukubaliwa, wanapatana na kanisa moja pia na jumba la wafu juu ya mahitaji, maandamano na mazishi.

Chumba kinageuzwa kuwa kanisa ndogo lenye kuangara. Ni vizuri sana. Ni mara haba sana jeneza linashushwa wazi kwa kupitia ngazi kubwa na kupelekwa katika sebule ya maonyesho. Marehemu anatendewa kama shujaa wa siku ile, kwani kweli ni shujaa.

Siku ya mazishi, jeneza linaonyeshwa mbele ya mlango wa nyumba likipambwa kwa mauwa. Washairi wakubwa, *Victor Hugo*, waheshimiwa wakubwa wanaletewa mauwa tele zaidi.

Waalikwa wanafika, kwani kweli ni wengi, na siyo wachache. Wanaamkiana. Hakuna anayeanza mazungumzo. Wote wanaonekana kuwa na uchungu. Wanafanya nguvu. Wanavaa mavazi ya kilio, wako safi na vizuri. Gari la maiti linaondoka; kila mara magari ya maiti yanaondoka; maneno haya yanalingana vizuri pamoja.

Wanaume wanalifwata nyuma wakiwa vichwa wazi; wanawake wako ndani ya magari, wanawake vijana, wakiweko baada ya myaka yote hii, vijana wanawake wanatenganishwa na vijana wanaume.

Kifo ni alama ya nje ya uchungu. Kina kanuni zake; zinapashwa kuheshimiwa.

Zamani kilio kilidumu siku nyingi: kilio cha baba kilifanyika mpaka pale kifo cha mtoto wa kwanza katika jamaa kinatukia, na hivihivi. Kilikawia muda mrefu. Lakini mama mheshimiwa de Berry, mtoto mwanamke wa mtawala, bibi mmoja wa nyakati za kale, akaupunguzisha kwa nusu muda wa kilio. Ikiwa ilifikiriwa kama mtoto wa kwanza katika jamaa alikuwa bado kati ya umri wake wa maisha, ilikuwa lazima kukatikiza kilio cha baba. Muda wa kilio chake uligeuka hivi kuwa mrefu kidogo.

Kilio cha mwanamke mjane kinadumu myaka miwili. Kilio kikubwa, cha uchungu sana, kinachukua mwaka moja. Kanzu ya manyoya ya kondoo ya nguo moja, shela usoni, shali ya chongo, soksi ndefu nyeusi ya nyuzi ao ya manyoya ya kondoo; namna ileile kwa glavu: rangi kabisa ya kunguru!

Hakuna mapambo yoyote wala vitu vya bure; na hata rangi nyekundu midomoni.

Wakati wa myezi sita ya kwanza ya kipindi cha pili cha kilio, wanavaa shela na mavazi mepesi zaidi ya manyoya ya kondoo.

Glavu ni za hariri ao za ngozi; polepole desturi ya kujipamba inaanza kurudia: johari ya aina ya makaa, ya rangi nyeusi, ya aina ya makaa.

Myezi sita ya mwisho, nguo nyepesi ya vilemba vidogovidogo, ya rangi nyeusi, lakini nguo nyepesi. Kwa muda wa myezi mitatu ya mwisho, polepole mwisho wa kilio unakaribia: darizi, mavazi meupe na meusi, kisha na mpaka kumalizika kabisa, rangi za kijivu, urujuani, zambarau, lilasi; wanafanya angalisho na mwendesho wa tofauti, lakini, ikiwa mngeliweza kufwata vizuri, katika kila nyakati, mambo yanaendeshwa kweli kwa kuheshimu ngazi kwa ngazi.

Kilio cha baba ao mama, kile cha kaka ao dada kinafanyika namna moja na katika kuheshimu daraja zilezile, lakini muda wake ni mfupi zaidi.

Inawezekana pia kufanya kilio cha rafiki, ikiwa ulikuwa naye, lakini kilio hiki kinaangaliwa kama cha heshima, na hakuna sababu inayotulazimisha kukifanya.

Watu wanajinyima furaha zote, michezo yote, wanabakia kwao; hawacheki kwa sauti kubwa.

Lakini, na ni kila mara namna hii mambo yanaendelea na kuanza upya; lakini mnamo mwanzo wa kipindi cha pili cha kilio, wanajiruhusu kufanya mikutano mikubwa, maonyesho. Wanafanya matembezi mbalimbali, wanapokelea wageni siku ya pili. Myezi miwili mbele ya mwisho, wanarudisha tena desturi ya kutolea kahawa, wanaandalia karamu, wanashiriki kunako maonyesho ya muziki, wanapiga mluzi katika bafa.

Mwisho wa kilio, wanajitokeza tena katika mikutano ya dansi, kwani kweli ni mikutano ya dansi na siyo kitu kingine, lakini hawachezi bado, wanaangalia tu, huku miguu yao chini ya meza ikipiga polepole hatua za muziki. Wanaenda kwenye *Theatre-Français* ao kunako *Opera*.

Wanacheza, wanaenda kusikiliza miziki mbalimbali; magumu waliyoyapata, sasa yamegeuka ni picha mbaya tu, kwani kweli ni ukumbusho tu, na siyo kitu kingine; wanafikiria kuoana, kuzaa mtoto, kumjulisha kunako ofisi ya serkali ya mji.

Na ni namna hii mambo yanazidi kutendeka.